ഗ്രീൻ ബുക്സ്

ഓർമ്മച്ചിന്തുകൾ

ഉണ്ണികൃഷ്ണൻ പുതൂർ (1933–2014)

തൃശൂർ ജില്ലയിലെ ഏങ്ങണ്ടിയൂരിൽ ജനനം.
ഗുരുവായൂർ ദേവസ്വത്തിൽ മൂന്നു പതിറ്റാണ്ടുകൾ
ജോലി ചെയ്തു. ലൈബ്രേറിയനായി വിരമിച്ചു.
അവാർഡുകൾ: ജി സ്മാരക അവാർഡ്,
പത്മപ്രഭാപുരസ്കാരം, സി.ജി. നായർ പുരസ്കാരം,
കൊടുപ്പുന്ന സ്മാരക പുരസ്കാരം,
എലൈറ്റ് സാഹിത്യ പുരസ്കാരം, അക്ഷയ അവാർഡ്,
സമഗ്ര സംഭാവനയ്ക്കുള്ള സാഹിത്യ അക്കാദമി
അവാർഡ്, ജ്ഞാനപ്പാന പുരസ്കാരം,
ഓടക്കുഴൽ അവാർഡ്,പൈതൃകം പുരസ്കാരം,
ഹബീബ് വലപ്പാട് അവാർഡ്.
പുതൂരിന്റെ ചെറുകഥകൾ ഇംഗ്ലീഷിലേക്കും
ഭാരതീയ ഭാഷകളായ ഹിന്ദി, തമിഴ്, കന്നഡ, തെലുങ്ക്
എന്നീ ഭാഷകളിലേക്കും തർജ്ജമ ചെയ്തിട്ടുണ്ട്.

ഓർമ്മ

ഓർമ്മച്ചിന്തുകൾ

ഉണ്ണികൃഷ്ണൻ പുതൂർ

ഗ്രീൻ ബുക്സ്

green books private limited
gb building, civil lane road, ayyanthole,
thrissur- 680 003, kerala, ph: +91 487-2381066, 2381039
website: www.greenbooksindia.com
e-mail: info@greenbooksindia.com

malayalam
ormachinthukal
memoirs
by
unnikrishnan puthoor

first published march 2020

cover design : shahzad

printed in india
repro india ltd

branches:
thrissur 0487-2422515
thiruvananthapuram 0471-2335301
calicut 0495 4854662

isbn : 978-93-89671-63-6

₹ 150.00
GMPL/1145/2020

മുഖക്കുറി

പി. കുഞ്ഞിരാമൻനായർ, വൈക്കം മുഹമ്മദ് ബഷീർ, പൊൻകുന്നം വർക്കി, കാരൂർ, മാതാ അമൃതാനന്ദമയി, പത്മപ്രഭ, പി.ആർ. കുറുപ്പ് തുടങ്ങിയ കേരളത്തിലെ പ്രശസ്ത സാഹിത്യ സാംസ്കാരിക ആദ്ധ്യാത്മിക രാഷ്ട്രീയ രംഗങ്ങളിലെ പ്രശസ്തരെക്കുറിച്ചുള്ള പുതൂരിന്റെ ഓർമ്മക്കുറിപ്പുകൾതന്നെയാണ് ഈ പുസ്തകത്തിന്റെ മുഖമുദ്ര. സാഹിത്യജീവിതത്തിൽ മുദ്ര പതിപ്പിച്ച എഴുത്തുകാരന്റെ കുറിപ്പുകൾ എന്ന നിലയിൽ അവ തിളങ്ങിനിൽക്കുന്നു.

കൃഷ്ണദാസ്
മാനേജിങ് എഡിറ്റർ

ഉണ്ണികൃഷ്ണൻ പുതൂർ വിവിധ കാലങ്ങളിൽ എഴുതിയ ഇരുപത്തിയഞ്ച് ലേഖനങ്ങളാണ് 'ഓർമ്മച്ചിന്തുകൾ' എന്ന ഈ സമാഹാരത്തിലുള്ളത്. സാംസ്കാരികവിഭാഗത്തിൽ ആത്മമിത്രമായിരുന്ന പി. കുഞ്ഞിരാമൻനായർ, കാരണവരായ തകഴി, ഗുരുവായിരുന്ന വൈക്കം മുഹമ്മദ് ബഷീർ, തന്റേടിയായ പൊൻകുന്നം വർക്കി, അത്താണിയായ കാരൂർ നീലകണ്ഠപ്പിള്ള, പത്രാധിപരായ എൻ.വി. കൃഷ്ണവാര്യർ തുടങ്ങിയവരുമായുള്ള ആത്മബന്ധവും സാഹിത്യവും പത്ത് ലേഖനങ്ങളിലായി വിലയിരുത്തുന്നു.

ആദ്ധ്യാത്മികപാതയിലൂടെ ആനയിച്ച ആഞ്ഞം മാധവൻ നമ്പൂതിരി, മാതൃത്വത്തിന്റെ ഊഷ്മളത പകർന്നുനൽകിയ മാതാ അമൃതാനന്ദമയീ ദേവി, സംഗീതസുധ നേരിട്ടനുഭവിപ്പിച്ച ചെമ്പൈ വൈദ്യനാഥ ഭാഗവതർ തുടങ്ങിയവരെക്കുറിച്ചുള്ള അനുഭവസാക്ഷ്യങ്ങളാണ് അദ്ധ്യാത്മികവിഭാഗത്തിലെ അഞ്ച് ലേഖനങ്ങളിലുള്ളത്.

രാഷ്ട്രീയഗുരുവായിരുന്ന പത്മപ്രഭ, രക്ഷകനായിരുന്ന ആർ. കൃഷ്ണസ്വാമി റെഡ്ഡ്യാർ, രാഷ്ട്രീയരംഗത്തെ പോരാളി പി.ആർ. കുറുപ്പ്, ആതുരശുശ്രൂഷാരംഗത്തെ സുകൃതമായ വൈദ്യമഠം തുടങ്ങിയ പത്തോളം പേരെക്കുറിച്ചുള്ള സ്മരണകളാണ് സാമൂഹിക വിഭാഗത്തിലുള്ളത്.

തന്റെ ജീവിതത്തിൽ നേരിട്ട് ബന്ധപ്പെട്ട് മനസ്സിൽ മായാത്ത മുദ്രകൾ പതിപ്പിച്ച വ്യക്തികളെയും സംഭവങ്ങളെയുംകുറിച്ചുള്ള ഈ കുറിപ്പുകൾ ഒരു കാലഘട്ടത്തിന്റെ നേർച്ചിത്രമാണ്. വാക്കും പ്രവർത്തിയും സമന്വയിപ്പിക്കാൻ ശ്രമിച്ച ഒരെഴുത്തുകാരന്റെ കൈമുദ്രകൾ മരണാനന്തരം ബദ്ധാഞ്ജലികളോടെ സഹൃദയസമക്ഷം സമർപ്പിക്കുന്നു.

ഷാജു പുതൂർ

ഉള്ളടക്കം

സാംസ്കാരികം (11-62)

ആദ്ധ്യാത്മികം (63-84)

സാമൂഹികം (85-120)

സാംസ്കാരികം

ഋതുക്കളുടെ കവി

'ഉത്സവം കഴിഞ്ഞു. മേളക്കാർ - കാർമേഘങ്ങൾ - തിരിച്ചുപോയി. പാട്ടുകാർ, പറവകൾ, വന്നവഴി തേടി. വേഷക്കാർ-മരങ്ങളും വള്ളികളും കളിപ്പെട്ടി പൂട്ടി... ആൾ ഒഴിഞ്ഞ പന്തലിൽ വാടിയ പൂമാലകൾക്കിടയിൽ ഞാൻ കാത്തിരിക്കുന്നു. തളർന്ന കുയിലായി, തകർന്ന ഒറ്റക്കമ്പി തംബുരുവായി നിന്നെ കാത്തിരിക്കുന്നു. ഈ മരം ചെന്തീയിൽ എരിയുന്നു. എല്ലാം മറയുന്നു. എല്ലാം മായുന്നു. പ്രിയപ്പെട്ട ഭൂമി - പ്രിയപ്പെട്ട ആകാശം - എല്ലാം മറയുന്നു.'

മഹാകവിയുടെ രഥോത്സവത്തിന്റെ ആമുഖക്കുറിപ്പിലെ ഈ വരികൾ ഓർത്തോർത്ത് ഇന്നും നെടുവീർപ്പിടുകയാണ്.

മുപ്പത് വർഷത്തോളം നേരിട്ടറിഞ്ഞ കണ്ടു പരിചയപ്പെട്ട - ഇണങ്ങിയും പിണങ്ങിയും കഴിഞ്ഞ ഒരദ്ഭുത മനുഷ്യൻ. വിചിത്രജീവി. അവധൂതൻ. കവിതാകാമിനിയുടെ കാൽച്ചിലമ്പൊലി കേട്ട് ജീവിതസായൂജ്യം അടഞ്ഞ - നിത്യകന്യകയുടെ അനുഗ്രഹത്തിനുവേണ്ടി ഭൗതികജീവിതം എറിഞ്ഞുടച്ച സാഹസികനായ മഹാകവി. പ്രശ്നസങ്കീർണമായ ആ വ്യക്തിത്വത്തെ അപഗ്രഥിക്കാനുള്ള മനഃശാസ്ത്ര പരിജ്ഞാനം എനിക്കില്ല. ഇങ്ങനെയും ഒരു മഹാകവി മലയാളത്തിൽ ജീവിച്ചിരുന്നുവെന്നും അദ്ദേഹവുമായി വളരെക്കാലം അടുത്ത് പെരുമാറാൻ വേണ്ടത്ര അവസരം ലഭിച്ചുവെന്നും ഓർക്കുമ്പോൾ അഭിമാനവും അതോടൊപ്പം എന്തെന്നില്ലാത്ത ദുഃഖവും തോന്നുന്നു.

അമ്പതുകളിൽ തുടക്കമിട്ട - ഗുരുവായൂർ ദേവസ്വത്തിന്റെ ആഭിമുഖ്യത്തിൽ നടന്നിരുന്ന - അഖില കേരള ഹിന്ദുമത സാംസ്കാരിക സമ്മേളനത്തിൽ കവിതാപാരായണത്തിന് അങ്ങ് വടക്കുനിന്നും എത്തിയിരുന്ന പി. കുഞ്ഞിരാമൻനായർ. കവി സമ്മേളനങ്ങൾ ഇന്നത്തെ രീതിയിൽ അന്ന് പ്രചാരത്തിലെത്തിയിരുന്നില്ല. ഒരു കവിയെ മാത്രമാണ് ദേവസ്വം അധികൃതർ കവിതാപാരായണത്തിന് ക്ഷണിച്ചിരുന്നത്. അധ്യക്ഷ പ്രസംഗം അല്ലെങ്കിൽ ഉദ്ഘാടനം കഴിഞ്ഞ ഉടനെ കവിതാ പാരായണം. ഇതിനായി ക്ഷണിക്കപ്പെട്ടിരുന്നത് പി. കുഞ്ഞിരാമൻനായരായിരുന്നു.

അന്നേ നോട്ടീസിൽ പേർ അച്ചടിച്ചിരുന്നത് മഹാകവി പി. കുഞ്ഞിരാമൻനായർ എന്നായിരുന്നുവെന്നുള്ളതാണിതിന്റെ പ്രത്യേകത. ജി. ശങ്കരക്കുറുപ്പ് അന്നേ മഹാകവി എന്ന നിലയിൽ പരക്കെ അറിയപ്പെട്ടിരുന്നു. എന്നാൽ ദേവസ്വത്തിൽനിന്നും കവിതാപാരായണത്തിനുള്ള നറുക്ക് വീണിരുന്നത് കുഞ്ഞിരാമൻനായർക്കായിരുന്നു. ഇന്നത്തെ പോലെ അന്ന് പലർക്കും മഹാകവിസ്ഥാനം മാധ്യമങ്ങളും സംഘടനകളും അനുവദിച്ചുകൊടുത്തിരുന്നില്ല. പി. കുഞ്ഞിരാമൻനായർ മഹാകവിയാണോ എന്ന്. അക്കാലത്ത് പലരും സംശയം പ്രകടിപ്പിച്ചിരുന്നു. കവിത്രയത്തിന്റെ കൂട്ടത്തിൽ പി. കുഞ്ഞിരാമൻനായരില്ല. മഹാകവി ജിയെ കേരളീയ കാവ്യലോകത്തെ വിശ്വപ്രതിഭയായി ഗണിച്ചിരുന്ന സുവർണ ദശ!

ഗുരുവായൂർ പടിഞ്ഞാറെ നടയിൽ സ്ഥിതിചെയ്യുന്ന ശ്രീകൃഷ്ണ തിയേറ്ററായിരുന്നു ആദ്യത്തെ സമ്മേളന ഹാൾ. അവിടെനിന്ന് പിന്നീട് ദേവസ്വത്തിന്റെ സത്രം ഹാളിലേക്ക് സമ്മേളനവേദി മാറ്റി. പണ്ഡിറ്റ് ജവഹർലാൽ നെഹ്റു മരിച്ച ദിവസം നിർത്തിവെച്ച ഹിന്ദുമത സാംസ്കാരിക സമ്മേളനം പിന്നീട് പുനരാരംഭിച്ചുവോ എന്ന് തിട്ടമില്ല. ഈ കാലയളവിൽ നടന്ന ഓരോ സമ്മേളനത്തിലും മഹാകവി പി. കുഞ്ഞിരാമൻ നായർ തിരക്കിട്ടെഴുതിയ സ്വന്തം കവിതകൾ പാരായണം ചെയ്ത് സദസ്യരുടെ അംഗീകാരം നേടി. കേരളത്തിനകത്തും പുറത്തുമുള്ള മികച്ച പണ്ഡിതന്മാർ ഈ സമ്മേളനത്തിൽ പങ്കെടുത്തിരുന്നു. അഖിലേന്ത്യാ പ്രശസ്തരായ ഒട്ടേറെ മനീഷികൾ പങ്കെടുത്ത സാംസ്കാരികോത്സവം; സാഹിത്യനായകന്മാരുടെ വൻനിര. മൂന്നു ദിവസത്തെ സമ്മേളനം. ഈ സമ്മേളനങ്ങളിലൊക്കെ പി. കുഞ്ഞിരാമൻനായരുടെ സാന്നിധ്യം ശ്രോതാക്കളുടെ സവിശേഷ ശ്രദ്ധ പിടിച്ചുപറ്റി. ശുഭ്രമായ ഖദർ മുണ്ടും മുട്ടോളം നീണ്ടുകിടക്കുന്ന ഖദർ ജുബ്ബയും കഴുത്തിലൂടെ രണ്ട് മടക്കായിട്ട ഖദർ ഷാളും കറുത്ത ഫ്രെയിമുള്ള തടിച്ച കണ്ണടയുമായി പിന്നോട്ട് കോതി മിനുക്കിയ ശിരസ്സുനിറയെ മുടിയുമുള്ള കുഞ്ഞിരാമൻനായരുടെ നിർത്തിനിർത്തിയുള്ള കവിതാപാരായണം ഘനഗംഭീര സ്വരത്തിൽ അക്ഷരസ്ഫുടതയോടെ ആലപിക്കുന്ന ആ പ്രത്യേക രീതി ചൊല്ലുന്ന ആൾക്കും കേട്ടിരിക്കുന്നവർക്കും ഒരുപോലെ ഹരം പിടിപ്പിച്ചിരുന്നു.

കൊച്ചുകവിതകൾ കുറിച്ചിട്ടിരുന്ന എനിക്ക് കുഞ്ഞിരാമൻനായർ എന്ന വ്യക്തിയും കവിയും അന്നേ ഒരു മഹാദ്ഭുതമായിരുന്നു. വെറുതെയല്ല മഹാകവിയെന്നദ്ദേഹത്തെ വിളിച്ചിരുന്നത്. കവിത ചൊല്ലിക്കഴിഞ്ഞാലതൊരു വർഷമേഘപെയ്ത്തായി അനുഭവപ്പെട്ടിരുന്നു. അചിരേണ ഞാനദ്ദേഹത്തിന്റെ ആരാധകനായി മാറി. നേരിൽകണ്ട് പരിചയപ്പെട്ടു. സ്വയം കുറിച്ചിട്ട ചില കവിതകൾ ഞാനദ്ദേഹത്തെ ചൊല്ലിക്കേൾപ്പിച്ചു. ജയ

കേരളം, മലയാളരാജ്യം, സിലോൺ മലയാളി, കേരളപ്രഭ തുടങ്ങിയ പ്രസിദ്ധീകരണങ്ങളിലാണെന്റെ കവിതകൾ പ്രസിദ്ധപ്പെടുത്തിയിരുന്നത്. കവിയാകാനുള്ള എന്റെ മോഹത്തിന്റെ തിരതള്ളലിൽ കുഞ്ഞിരാമൻ നായരെന്ന ചെമ്പകമരത്തിന്റെ ചില്ലയിൽ കയറിയിരുന്ന് പാടാനാഗ്രഹിച്ചു പോയി. ഗുരുവായൂരിലെ സാംസ്കാരിക സമ്മേളനത്തിൽ വായിക്കപ്പെട്ട പി.യുടെ കവിതകൾ മാതൃഭൂമി ആഴ്ചപ്പതിപ്പിന്റെ ആദ്യതാളുകളിൽ പ്രസിദ്ധീകരിച്ചുകണ്ടപ്പോൾ അദ്ഭുതം കൂറി.

അമ്പരപ്പിക്കുന്ന വൈചിത്ര്യങ്ങളും വൈവിധ്യങ്ങളും ഇഴുകിച്ചേർന്ന കവിയുടെ ജീവിതം ഏറെക്കുറെ കുത്തഴിഞ്ഞതായിരുന്നു. ജീവിതകാമന യോടുള്ള ഒടുങ്ങാത്ത ത്വര കുഞ്ഞിരാമൻനായരെ മരണംവരെ വിട്ടിരുന്നില്ല. പ്രായവ്യത്യാസങ്ങളില്ലാത്ത പെരുമാറ്റം. കവിതയോടും കാമിനിയോടുമുള്ള അഭിനിവേശം കാടും മേടും ഒരുമിച്ചു താണ്ടിയിട്ടുണ്ട്. ഊടുവഴിയിലൂടെയും ഒറ്റയടിപ്പാതയിലൂടെയും ഏറെദൂരം ഒരുമിച്ച് സഞ്ചരിച്ചു. നിഗൂഢതകൾ പൊതിഞ്ഞ സങ്കേതങ്ങളിൽ ഒരുമിച്ച് ചേക്കേറി. വലുപ്പച്ചെറുപ്പങ്ങളില്ല. കൈയിലുള്ള കാശുകൊണ്ട് പരസ്പരം കണക്കുനോക്കാതെ ചെലവഴിച്ചു. കൈയിൽ ഒന്നുമില്ലെങ്കിൽ കടം വാങ്ങുക.

താന്തോന്നിത്തത്തിന്റെ യന്ത്രഊഞ്ഞാലിൽ ഒരുമിച്ച് കയറി ആടിത്തിമിർത്തു. എല്ലാ കണക്കുകളും അവസാനം പറഞ്ഞുതീർക്കാമെന്ന വ്യവസ്ഥയിലാണ് ഊരുചുറ്റലിന്റേതായ നാളുകൾ തള്ളിനീക്കിയത്. കുറ്റബോധം അലട്ടിയിരുന്നില്ല. വന്നപടി ചന്തം എന്ന മട്ടിൽ രണ്ടുകൂട്ടരും ജീവിച്ചു. ഗുരുശിഷ്യബന്ധം ഞങ്ങൾ തമ്മിലുണ്ടായിരുന്നില്ല. അന്യോന്യം ഒന്നുംതന്നെ മറച്ചുവെക്കാതെ ജീവിച്ചു. പലതും അദ്ദേഹത്തിൽനിന്ന് നേരിട്ട് പഠിക്കാൻ സാധിച്ചു. എന്തിനോടെങ്കിലും വളരെക്കാലം ഒട്ടിനിൽക്കാൻ അദ്ദേഹം സന്നദ്ധനായിരുന്നില്ല. സ്നേഹിക്കുന്ന കാലത്ത് കലവറയില്ലാതെ സ്നേഹിച്ചു. കൈയിലുള്ളത് മുഴുവനും സ്നേഹിക്കുന്നവർക്കുവേണ്ടി കൊടുത്തുമുടിഞ്ഞു. ധൂർത്തനായിരുന്നു. തന്നിഷ്ടക്കാരനും. എങ്കിലും അദ്ദേഹം സർവ്വതിനേയും സ്നേഹിച്ചു. ചരടുകളില്ലാത്ത സ്വാതന്ത്ര്യത്തെ വാരിപ്പുണർന്നു. ഓരോ ബന്ധവും വീട്ടിത്തീർക്കാനാകാത്ത കടമാണെന്നദ്ദേഹം സ്വന്തം രചനകളിലൂടെ സ്ഥാപിച്ചു. പ്രകൃതിയെ പെറ്റമ്മയെപ്പോലെ സ്നേഹിച്ചു. കേരളത്തനിമയെപ്പറ്റി എത്ര പാടിയാലും മതിവരാത്ത വിശ്വമാനവ മഹാകവി. ചങ്ങമ്പുഴയ്ക്കുശേഷം കാല്പനികതയുടെ മഴവിൽകാന്തി ചൊരിഞ്ഞ നൂറുകണക്കിനുള്ള കവിതകൾ. ദേശാഭിമാനത്തിലും ഭാരതത്തിന്റെ പ്രാചീനമഹിമാവിശേഷത്തിലും പി. ആത്മനിർവൃതികൊണ്ടു. സ്വദേശാഭിമാനത്തിന്റെ വൈജയന്തി ഉയർത്തി. പദകുബേരത്വത്തിന്റെ കാട്ടാറുപോലെയായിരുന്നു ആ കവിതയുടെ ഒഴുക്ക്. ആ മഹാപ്രവാഹത്തിൽ പ്രപഞ്ചം മുഴുവനും ദർശിക്കാൻ സാധിച്ചു. പരിശുദ്ധമായ തീർത്ഥക്കുളത്തിൽ മുങ്ങിക്കുളിച്ച

പ്രതീതിയാണ് പി. കുഞ്ഞിരാമൻനായരുടെ കവിതയിൽ ആമഗ്നനായപ്പോൾ എനിക്കുണ്ടായ അനുഭവം.

ഞാൻ അന്ധമായി ഈ കവിയെ പൂവിട്ട് പൂജിച്ചവനാണ്. എന്നാൽ പലപ്പോഴും അതുമിതും പറഞ്ഞ് വഴക്കിടേണ്ടി വന്നിട്ടുണ്ട്. തെറ്റിപ്പിരിഞ്ഞിട്ടുണ്ട്. വീണ്ടും കണ്ടുമുട്ടാനിടവരുമ്പോൾ അന്യോന്യം വാരിപ്പുണർന്നിട്ടുണ്ട്. പലപ്പോഴും പശ്ചാത്തപിച്ചിട്ടുണ്ട്. കാൽക്കൽ വീണ് നമസ്കരിച്ചിട്ടുണ്ട്. ഓടിയൊളിക്കാൻ ശ്രമിച്ചപ്പോഴൊക്കെ ഗുരുവായൂർ ക്ഷേത്രസങ്കേതത്തിലേക്ക് ശരവേഗതയിലോടിയെത്തി മനസ്സിന്റെ വാതായനങ്ങൾ തുറന്ന് കാണിച്ചിട്ടുണ്ട്. എത്ര പറഞ്ഞാലും തീരാത്ത ഓർമ്മക്കുറിപ്പുകൾ. കഥ അറിയാതെ കണ്ട ആട്ടങ്ങൾ; പാട്ടുകൾ. ദിക്കറിയാതെ നട്ടം തിരിഞ്ഞ മഞ്ഞുപെയ്യുന്ന രാത്രികൾ. നിലാവത്തെ നിഴലുറങ്ങുന്ന സർപ്പനൃത്തം കാണാനുള്ള ത്വരയിൽ ചൂടുപിടിച്ച രക്തക്കുഴലുകളെ തണുപ്പിക്കാനായി അന്തിയുറങ്ങിയ ഗന്ധർവക്ഷേത്രങ്ങൾ. അരയാൽത്തറകൾ. കല്ലത്താണികൾ, പാലമരങ്ങൾ. ജീർണിച്ച വഴിയമ്പലങ്ങൾ, തണ്ണീർപ്പന്തലുകൾ. ഞങ്ങൾ ഒരുമിച്ചഭയം തേടി. ഒരേ മുറിയിൽ ശയിച്ചു. കൂട്ടിന് വല്ലപ്പോഴുമൊക്കെ മലനാടൻമങ്കമാരുടെ സാമീപ്യം.

വിസ്തരിക്കുന്നില്ല. എങ്കിലും മഹാകവിയുടെ സ്വന്തം വാക്കുകൾ തന്നെ ഇവിടെ എടുത്തുദ്ധരിക്കട്ടെ: "തെച്ചിപൂപ്പാലികയുമായി പടിഞ്ഞാറെ നടയിൽ നിൽക്കുന്ന സന്ധ്യ - തൊഴുത് പ്രദക്ഷിണം വെച്ചു പോകുന്ന പകൽ. ദീപാരാധന - ശ്രീഗുരുവായൂർ ക്ഷേത്രത്തിൽ ദീപാരാധന - മതിലകം വൃന്ദാവനം. ഗോപന്മാർ, ഗോപികമാർ. അകത്തും പുറത്തും മുരളീനാദം. ദേഹം മറന്ന ലോകം മറന്ന - തന്നെ മറന്ന ദിവ്യപ്രേമലഹരി. സച്ചിദാനന്ദലഹരി - വേണുനാദലഹരി - സാഷ്ടാംഗം നമസ്കരിച്ചു കിടക്കുന്ന കിഴക്കേനട. തുലാഭാര പഴക്കുലകൾ. പൂക്കൂടകൾ കാത്തിരിക്കുന്ന കല്യാണമണ്ഡപം. ഇരുമ്പ് ഗേറ്റ് - മരപ്പുരയിലെ മഞ്ഞപ്പല്ലുള്ള പാറാവുകാരൻ - പുഷ്പോത്ത് മാളിക - യൂണിയൻ മഞ്ഞ ബോർഡ് പിടിച്ചുനിൽക്കുന്ന പുഷ്പോത്ത് മാളിക. പട്ടാളപ്പൈപ്പിൽ മരുന്ന് അമർത്തി ചിരിക്കുന്ന പുതൂർ ഉണ്ണികൃഷ്ണൻ. നെഞ്ചു കലങ്ങുന്ന ഉയർന്ന ശബ്ദം. പറ്റിപ്പിടിച്ച് പിടിവിടാതെകൂടിയ താടി. നേർത്ത നെറ്റിയിൽ കളഭം, സെക്സ് രഹസ്യനിർമ്മാണ വഴിയാരായുന്ന മനസ്സ്. വിദൂര ചക്രവാളത്തിൽ പുകഴ്ക്കോട്ട കെട്ടിപ്പൊക്കുന്ന ഭാവന. പുസ്തകക്കൂമ്പാരക്കോട്ട കാവൽക്കാരൻ - പുതൂർ ഉണ്ണികൃഷ്ണൻ - കൊടുംജീവിതദാഹമുള്ള ചിന്ത കൂട്ടുകാരി" മഹാകവി പി. രചിച്ച ഈയുള്ളവനെക്കുറിച്ചുള്ള ഒരു തൂലികാചിത്രത്തിലെ രൂപരേഖകളാണിവ.

മരിക്കുന്നതിന് തൊട്ടുമുൻപ് ഒരു വർഷത്തിലേറെക്കാലം ഞങ്ങൾ ഒരുമിച്ച് ഗുരുവായൂർ കിഴക്കേനടയിലുണ്ടായിരുന്ന മോഹനാലയം എന്ന ഇരുനിലമാളികയിലെ രണ്ടാംനിലയിൽ താമസമാക്കി (ഇന്നത്തെ മേല്പത്തൂർ ഓഡിറ്റോറിയം സ്ഥിതിചെയ്യുന്ന സ്ഥലത്ത്). ഒന്നാം നമ്പറിൽ

ഈയുള്ളവനും രണ്ടാംനമ്പറിൽ മഹാകവിയും ചിത്രകല ശ്രീനിവാസനും.

വാടകയില്ലാത്ത സൗജന്യതാമസം. ഈ കെട്ടിടത്തോടനുബന്ധിച്ച് പീടിക മുറികൾ ഉണ്ടായിരുന്നു. എന്റെ അച്ഛന്റെ കൈവശത്തിൽ വളരെക്കാലം വെച്ചുകൊണ്ടിരുന്ന ഈ സ്ഥലത്ത് ഒട്ടേറെ സാഹിത്യകാരന്മാർ കോണികയറി വന്ന് പാർത്തിരുന്നു. ഞാൻ താമസിക്കുന്ന മുറി ഗുരുവായൂർ ദേവസ്വം എംപ്ലോയീസ് യൂണിയന്റെ ആപ്പീസായി കുറച്ചുകാലം പ്രവർത്തിക്കുകയുണ്ടായി. എഴുത്തും വായനയും പൊതുപ്രവർത്തനവും സുഹൃത്സമാഗമങ്ങളുമായി കഴിഞ്ഞ ഒരു കാലഘട്ടം. ഇക്കാലത്താണ് പി. കുഞ്ഞിരാമൻ ഉള്ളതെല്ലാം പെറുക്കിവിറ്റ്, 'ദീപാളികുളിച്ച്' ഒരു മഴക്കാല രാത്രിയിൽ എവിടെയും താമസിക്കാൻ ഇടംകിട്ടാതെ എന്നെ അന്വേഷിച്ച് കിഴക്കേനടയിലെ ചോണ്ടത്ത് മാളികയിൽ വന്നുകയറിയത്. ഞാനദ്ദേഹത്തെ വിളിച്ച് കോണികയറ്റി രണ്ടാംനിലയിലെ രണ്ടാംനമ്പർ മുറി തുറന്നുകൊടുത്തു. താക്കോലും പൂട്ടും സൂക്ഷിച്ചുവെക്കണമെന്ന നിർദ്ദേശം മാത്രം നൽകി. എത്രകാലം വേണമെങ്കിലും നാലണ വാടകയില്ലാതെ താമസിക്കാൻ അനുമതി നൽകി. സജ്ജീകരണങ്ങൾ ചെയ്തു. ഒരൊറ്റ കർക്കശനിർദ്ദേശം മാത്രം നല്കി.

"അന്യസ്ത്രീകളെ മുറിയിൽ കയറ്റി താമസിപ്പിക്കരുത്."

കുഞ്ഞിരാമൻനായർ 'എന്നെ തിരയുന്ന ഞാൻ' എന്ന ലേഖനപരമ്പരയിലൂടെ എന്നെക്കുറിച്ചെഴുതിവെച്ച രേഖാചിത്രങ്ങൾക്ക് കണക്കില്ല. തന്റെ മനസ്സിന്നകത്ത് ഒളിപ്പിച്ചുവെച്ച കാര്യങ്ങൾ മറ്റൊരു കഥാപാത്രത്തിലൂടെ അവതരിപ്പിച്ച് ബോദ്ധ്യപ്പെടുത്തുന്നതിനുവേണ്ടി മഹാകവി പ്രയോഗിച്ച ഒരു ടെക്നിക്കായിട്ടു മാത്രമേ ഞാനീ പരാമർശങ്ങളെ നോക്കിക്കാണുന്നുള്ളൂ. എങ്കിലും ആ രചനയിൽ 'പി. കുഞ്ഞിരാമൻ നായരുടെ ശവം' എന്ന ശീർഷകത്തിൽ പ്രസിദ്ധീകരിച്ച ലേഖനം ജീവിതത്തിൽനിന്നും ചീന്തിയെടുത്ത ചോരപ്പാടുകൾ വീണ അധ്യായമാണ്.

പി.യുടെ ആത്മകഥാംശം പൂർണതയിൽ എത്തിനിൽക്കുന്ന മൂന്ന് കൃതികളാണ് 'കവിയുടെ കാല്പാടുകൾ' (1974), എന്നെ തിരയുന്ന ഞാൻ (1973), നിത്യകന്യകയെതേടി (1972). ആത്മകഥാപരങ്ങളായ ഈ മൂന്ന് വിശിഷ്ടഗദ്യകൃതികളിലും ഈയുള്ളവൻ ഒരു കഥാപാത്രമായി രംഗത്ത് വരുന്ന നിരവധി വാങ്മയചിത്രങ്ങൾ പി. ആലേഖനം ചെയ്തിട്ടുണ്ട്. ഒന്നും ഇങ്ങോട്ട് പ്രതീക്ഷിക്കാതെ ചെയ്തുകൊടുത്ത ഉപകാരങ്ങൾ ഒരുപക്ഷേ ഈ കവിയുടെ നിത്യസ്മരണയിൽ തങ്ങിനിന്നിട്ടുണ്ടാവാം?

ജീവിതത്തിൽ നേരിട്ടനുഭവിച്ച കയ്പുരസങ്ങൾ ഏറെയാണ്. അദ്ദേഹത്തിന് ഏൽക്കേണ്ടിവന്ന അവഗണനകൾ എണ്ണമില്ലാത്തതാണ്. നൂറ് ഉറുപ്പിക കിട്ടേണ്ട സ്ഥാനത്ത് പത്തുരൂപകൊണ്ട് തൃപ്തിപ്പെടേണ്ടിവന്നു.

ആവശ്യപ്പെടാതെ കവിതകളുമായി പത്രമാഫീസിലേക്ക് കയറിച്ചെന്ന് സ്വന്തം വില കെടുത്തി. ക്ഷണിക്കപ്പെട്ട കവികളുടെ മുൻനിരയിൽ കയറ്റി നിർത്തി ആദരിക്കപ്പെടാൻ പലരും വിസമ്മതിച്ചു. പുച്ഛവും പരിഹാസവും ഏറ്റുവാങ്ങിയതിന് കൈയും കണക്കുമില്ല. അപമാനിതനാകുന്ന ഘട്ടത്തിൽ അദ്ദേഹം പൊട്ടിത്തെറിക്കുമായിരുന്നു. അപ്പോൾ ആർക്കും തടയാൻ പറ്റുമായിരുന്നില്ല. ജ്ഞാനപീഠം കിട്ടിയാൽ കൊള്ളാമെന്നുണ്ടായിരുന്നു. ജ്യോത്സ്യന്മാരെ വരുത്തി തന്റെ ജാതകവും ഗ്രഹനിലയും കൂടെക്കൂടെ പരിശോധിപ്പിച്ചിരുന്നു. മഹാകവിയുടെ ഉറ്റ മിത്രമായിരുന്ന ചിത്രകലാ ശ്രീനിവാസൻതന്നെ പ്രശസ്തനായ ഒരു ജ്യോതിഷിയായിരുന്നു. ജ്ഞാനപീഠതൃഷ്ണയെക്കുറിച്ച് അദ്ദേഹംതന്നെ കുറിച്ചിട്ട വരികൾ ശ്രദ്ധിച്ചാലും:

"ജ്ഞാനപീഠം അവാർഡ് നൊട്ടിനുണച്ച് നടക്കാണ് മൂപ്പര്. കിട്ടിയേനേ. ആ ഘട്ടം തെറ്റി."

നമ്പീശൻ ചോദിച്ചു: "കാരണം?"

"കാരണം ഈ മനുഷ്യന് ഈ ലോകത്തിൽ ബന്ധുക്കളാരുമില്ല - അടുത്തവരെയെല്ലാം മുഷിപ്പിച്ച് ശത്രുക്കളാക്കുന്ന സ്വഭാവമുണ്ട്, പണ്ടേ ആകെ ബന്ധുവായി ഒരാളുണ്ടായിരുന്നു. ശ്രീഗുരുവായൂരപ്പൻ. ആ ഗുരുവായൂരപ്പനെ കാണേണ്ട എന്ന നിലയിലാണ്. കിഴക്കേ നടയിൽക്കൂടി നടന്നാലും പടിഞ്ഞാട്ട് തിരിഞ്ഞുനോക്കില്ല."

"കഷ്ടകാലം - ഭക്തിയെല്ലാം പമ്പകടന്നു. കുളിയും തൊഴലുമെല്ലാം മതിയാക്കി."

ചിത്ര ശ്രീനിവാസൻ പറഞ്ഞു: "ഇതാപത്താണ് മഹാകവി. നിത്യം ഒരു നേരമെങ്കിലും ഭഗവാനെ തൊഴണം."

ഉണ്ണികൃഷ്ണൻ തുടർന്നു: "ആ സി.പി. ശ്രീധരൻ ഈ മനുഷ്യനെ നന്നാക്കാൻ വീണു പണിതു. സ്നേഹിച്ചു. സഹായിച്ചു. ആ ശ്രീധരനെ ശത്രുവാക്കി മാറ്റി. മുൻകോപം. അവിവേകം. അവിശ്വാസം. ഇവർ കൂടപ്പിറപ്പുകളാണ്. അടുത്ത ശത്രു ഞാനാണ്. പാലു കൊടുത്ത കൈ കടിക്കുന്നവനാണ് ഈ മനുഷ്യൻ."

ചിത്രം ശ്രീനിവാസൻ വായ് പൊത്തി: "നിർത്തൂ പുതൂരേ, നിർത്തൂ!"

"നിർത്തില്ല. ഇന്നു വിളിച്ചുവരുത്തിയത് മുൻപിലിരുത്തി തൊലിപൊളിക്കാനാണ്. കട്ടൻകാപ്പി കുടിച്ചിട്ടാവട്ടെ."

മൊട്ടയടി സ്വാമി താളം പിടിച്ചു: "ഈ മനുഷ്യനെഴുതിയ താമരമാല നിത്യം സന്ധ്യയ്ക്ക് അമ്പലത്തിൽ പാടും. അനന്തൻകാടും പാടും. കേട്ട ഭാവമില്ലാതെ നടക്കും. ഒരു കുപ്പി വാങ്ങിച്ചുതരില്ല."

കാപ്പി വന്നു. കഴിച്ചു. ഉണ്ണിക്കൃഷ്ണൻ പൈപ്പ് നിറച്ചു.

“വലിക്ക് മഹാകവി. നന്നായ് വലിക്ക്. നല്ല കവിത തോന്നട്ടെ.”

വലിച്ച് തിരിച്ചുകൊടുത്തു.

മൊട്ടയടി സ്വാമി പൈപ്പ് മുഴുവനാക്കി. കണ്ണു കലങ്ങി. പൊട്ടിച്ചിരിച്ചു പറഞ്ഞു: “ഇന്ന് മഹാകവിയുടെ തൊലി പൊളിച്ച് ഉപ്പും മുളകും തേച്ച് വെയിലത്ത് റോട്ടിൽ നാട്ടണം. ദൈവത്തെയും ലോകത്തെയും തന്നെ ത്തന്നെയും വഞ്ചിച്ചു നടക്കുന്ന ഈ മനുഷ്യന്റെ തനിനിറം ലോകം കാണട്ടെ.”

“തുടങ്ങൂ പുതൂരേ–” നമ്പീശൻ തുടരാൻ കണ്ണിട്ടു. കഞ്ചാവ് ബീഡി തെറുത്തു. ചിത്രം ശ്രീനിവാസൻ മാസികകൾ അടുക്കിവെച്ചു.

“കുട കാസർകോട്ട്. ചെരിപ്പ് തിരുവനന്തപുരത്ത്. ഷർട്ട് കോഴിക്കോട്ട്. വേഷ്ടി പാലക്കാട്ട്. ബാഗ് കോട്ടയത്ത്. പേന ഗുരുവായൂര്. കടലാസ് തിരുവില്വാമല. ഇതാണ് പ്രകൃതം–ഭയങ്കര സ്വത്വം. ഇങ്ങനയൊരു മനുഷ്യ നുണ്ടോ?

നമ്പീശൻ പറഞ്ഞു: “പോസ്റ്റ്മാൻമാർ ഈ മനുഷ്യൻ കാരണം വട്ട ത്തിലായി. കഷ്ടത്തിലായി. ഇതിനിടെ ഒരു കത്തു കണ്ടു. പതിന്നാല് മേൽവിലാസം വെട്ടി പതിനഞ്ചാമത്തെ മേൽവിലാസം ഗുരുവായൂര്.”

ഉണ്ണികൃഷ്ണൻ തുടർന്നു: “പത്രക്കാർ വട്ടത്തിലായി. എത്ര പേരാ ണിവിടെ അന്വേഷിച്ചുവരുന്നത്. തോന്നിയപടി നടക്കുന്നയാളുടെ കാര്യം പറയാൻ. ഞാൻ തോറ്റു. ഈ മഹാകവിയെക്കൊണ്ട് തോറ്റു. നാലു മാസം ചുറ്റിത്തിരിഞ്ഞ് ഒരു മണിയോർഡർ ഈ മനുഷ്യനെ കണ്ടുപിടിച്ചു. അവ ധൂതനോ സിദ്ധനോ ഭ്രാന്തനോ കവിയോ ആരാണീ മനുഷ്യൻ? ഇത്രയും കാലമായിപ്പഴകീട്ടും എനിക്കാളെ പിടികിട്ടിയിട്ടില്ല.”

“എനിക്കും കിട്ടിയിട്ടില്ല.” നമ്പീശൻ.

മൊട്ടയടിസ്വാമി: “ചിലപ്പോൾ ദേവനെന്നു തോന്നും. ചിലപ്പോൾ രാക്ഷ സനെന്നും തോന്നും.”

ഇതിനിടെ എം.വി. ദേവൻ ഇവിടെ കാണാൻ കാത്തിരുന്നു. വിളി ക്കാൻ ചെന്നപ്പോൾ കയർത്തു. എനിക്കീ വിശ്വകലാകാരന്മാരെയൊന്നും കാണേണ്ട എന്ന്.

ദേവനതറിഞ്ഞു. മുഷിഞ്ഞുപോയി. ചോദിച്ചപ്പോൾ ‘തമാശ പറഞ്ഞ താണ്’ എന്ന് മറുപടി.

പി.സി. ഒരു ദിവസം മഹാകവിയെപ്പറ്റി പറഞ്ഞു:

“മഞ്ഞപ്പിത്തമുള്ളവർ ലോകം മഞ്ഞയായ് കാണും. തല ചുറ്റുന്ന വന് ലോകം ചുറ്റുന്നതായി തോന്നും. ആ മനുഷ്യന്റെ കാഴ്ചപ്പാടതാണ്. നേരെയാവില്ല.” സാഹിത്യകാരന്മാർക്കിടയിൽ പൊതുവേയുള്ള അഭി പ്രായം പി.സി. പ്രസിദ്ധീകരിച്ചുവെന്നു മാത്രം.

"വാങ്ങിയാൽ കൊടുക്കില്ല. കൊടുത്താൽ വാങ്ങില്ല. ഇത് ചൊട്ടയിലേ ശീലമാണ്. എനിക്കു തരാനുള്ള ഉറുപ്പിക നൂറിരട്ടിയായി മുതലെടുക്കും. ഞാൻ മഹാകവിയുടെ ജീവചരിത്രമെഴുതുന്നുണ്ട്. മരിച്ചശേഷം പ്രസിദ്ധീകരിക്കും. അപ്പംപോലെ ചെലവഴിക്കും.

പുതിയ ഒരു മാസികയുടെ പ്രതിനിധി കേറിവന്നു. കട്ടൻകാപ്പി കൊടുത്തു.

"ഒന്നു മൂത്രമൊഴിക്കണം. എവിടെ?"

"താഴത്ത്."

"താഴത്ത് പോയി കുറേ കഴിഞ്ഞ് കേറിവന്നു. ചോട്ടിലെ മുറിയിൽ കുന്നുകൂടി കിടക്കുന്നതെന്താ സാറേ?"

ഉണ്ണികൃഷ്ണൻ എഴുന്നേറ്റ് മുണ്ടുമുറുക്കിയെടുത്തു.

"പറയട്ടേ...?"

"പറയൂ." മഹാകവി

"മരിച്ചുപോയ പി. കുഞ്ഞിരാമൻനായരുടെ ശവം. കാഞ്ഞങ്ങാട്ട് നാടും തറവാടും ഇട്ടെറിഞ്ഞ്, ആയിരം വീടും മുറിയും മാറിമാറി, തിരുവില്വാമല എത്തി. നാലു കാശിന് തിരുവില്വാമലയിലെ ഒന്നാംകിട മാളികവീട് വിറ്റുതുലച്ച് ഗുരുവായൂരെത്തി. ഗുരുവായൂർ നൂറുമുറി മാറി. അന്നുമുതൽക്ക് ചോർന്നുചോർന്നവശേഷിച്ച വീട്ടുസാമാനവും പുസ്തകക്കെട്ടുകളും കൂട്ടത്തിൽ അച്ഛന്റെ, അമ്മയുടെ, മൂകാംബികയുടെ, ഗുരുവായൂരപ്പന്റെ, പടവുമുണ്ട്. കേറ്റിയും ഇറക്കിയും മാറ്റിയും താഴത്തെ മുറിയിൽ കൊണ്ടുകൂട്ടിയ സാമാനക്കൂമ്പാരം. അതേ, മരിച്ചുപോയ പി. കുഞ്ഞിരാമൻനായരുടെ ശവം. ജീവച്ഛവമായി മുക്കിൽ കിടക്കുന്ന ഈ മനുഷ്യനിൽ അല്പം ജീവസ്പന്ദനമുണ്ട്. അതും പോയിക്കിട്ടിയാൽ, ഞാനീ സാമാനക്കൂമ്പാരം മ്യൂസിയമാക്കും. കടം വാങ്ങിയ കാശ്. കുടിച്ച ചായപ്പറ്റ്. എല്ലാമെല്ലാം. അതിൽ നിന്നെല്ലാം മുതലെടുക്കും."

എന്തിനാണ് മഹാകവി ഈ മരണാനന്തര ഒസ്യത്ത് എഴുതിവെച്ചത് എന്നതിനെക്കുറിച്ച് എനിക്കിന്നും പിടികിട്ടുന്നില്ല. പലതും അദ്ദേഹം മുൻകൂട്ടി ഉറപ്പിച്ച് നിശ്ചയിച്ചിരുന്നുവെന്നുവേണം കരുതാൻ.

ഞാൻ പറഞ്ഞതും പറയാത്തതുമായ ഒട്ടേറെ കാര്യങ്ങൾ കൂട്ടിച്ചേർത്തും ചോർത്തിക്കളഞ്ഞും സ്വകപോലകല്പിതങ്ങളായ് ഭാവന ചെയ്ത് എന്റെ നാക്കിൻതുമ്പത്ത് കയറ്റിവെച്ചദ്ദേഹം ആശ്വാസം കണ്ടെത്തുകയാവാം? മനഃസാക്ഷിയുടെ നീറ്റലിൽ വെന്തുരുകുന്ന ഒരു നിഷ്കന്മഷ മനസ്സിനേ ഇത്തരം വരികൾ സ്വന്തം മരണത്തിനു മുൻപായ് കുറിച്ചിടാൻ ധൈര്യം വരികയുള്ളൂ. തന്നിലെതന്നെ കണ്ടെത്തുവാനുള്ള മനോഖനനത്തിന്നിടയിൽ വാർന്നുവീണ വരികൾ!

സ്വാഭിപ്രായ പ്രകടനത്തിനുള്ള ഒടുങ്ങാത്ത ത്വര മുഖംമൂടി എടുത്തു മാറ്റി സത്വം മറനീക്കി പുറത്തുകൊണ്ടുവരാനുള്ള വെളിപാടുകളുടെ ഉൾവിളിയായിട്ടെടുത്താലും മതി. തന്നിലെതന്നെ അദ്ദേഹം കണ്ടെത്താനുള്ള ശ്രമത്തിൽ പലതും ഓർമ്മിച്ചുപോയിട്ടുണ്ടാവാം. ഗതകാലസ്മരണകളിലൂടെയുള്ള തിരനോട്ടം. ആത്മശുദ്ധീകരണപ്രക്രിയയിലേക്കുള്ള മടക്കയാത്ര. തോൽപ്പാവക്കൂത്തിലെ കൈയടക്കമുള്ള ഒരു നട്ടുവന്റെ കരവിരുതോടെ അദ്ദേഹം ഓരോരോ കഥാപാത്രങ്ങളേയും രംഗത്തവതരിപ്പിക്കുന്നു. പദങ്ങളുടെ, താളത്തിന്റെ - ലയത്തിന്റെ - നാവൂറ് പാടുകയാണ് ഇവിടെ. അതോ റണ്ണിങ് കമന്ററിയോ? മഹാകവി പി.ക്കല്ലാതെ ഇത്തരമൊരു ഗദ്യഭാഷ കൈകാര്യം ചെയ്യാനുള്ള സിദ്ധി മറ്റധികം പേരിൽ കാണാനൊത്തിട്ടില്ല. അദ്ദേഹം അയച്ച സ്വകാര്യകത്തുകൾ - ആത്മനൊമ്പരത്തിന്റെ ഊഷ്മാവിൽ അലിയിച്ചെടുത്ത ഡയറിക്കുറിപ്പുകൾ - നോട്ട് പുസ്തകങ്ങൾ - എന്റെ ഗ്രന്ഥശേഖരത്തിലുണ്ട്. പഴയ ഒരു ഇരുമ്പ് പെട്ടിയിൽ ഞാനത് ഭദ്രമായ് അടച്ചുപൂട്ടിവെച്ചിരിക്കയാണ്. എന്നെങ്കിലും പി.യെക്കുറിച്ചൊരു നോവൽ എഴുതാൻ വേണ്ടി. കരുക്കൾ ശേഖരിച്ചിട്ടേറെക്കാലമായി. ദൈവം അതിനു കൂട്ടുനിൽക്കുമോ എന്നറിഞ്ഞുകൂടാ. പൂർത്തീകരിക്കാത്ത മോഹങ്ങളിലൊന്നായിന്നും അവശേഷിക്കുന്നു. അദ്ദേഹം തന്നെ വ്യക്തമായി എഴുതിയിട്ടുണ്ട്: “തെറ്റ് തിരുത്തുക. അതാണ് ജീവിതം - അതാണ് മനുഷ്യൻ. അതാണ് കവിത. മുറിവ് തേച്ചു കഴുകി മരുന്നുവെക്കാൻ സമ്മതമില്ലെങ്കിൽ പുഴുത്ത് നാറിക്കിടക്കും.” ഈ വരികൾ പ്രാവർത്തികമാക്കുന്നതിൽ ആ വലിയ മനുഷ്യൻ പലപ്പോഴും പരാജയപ്പെട്ടു. ദൃക്സാക്ഷി വിവരണങ്ങൾ നടത്തുന്നില്ല. അനുഭവകഥകൾ വിശദീകരിക്കുന്നില്ല. അദ്ദേഹത്തിൽ വന്നു നിപതിച്ച ശാപത്തിന്റെ ഉണങ്ങാത്ത മുറിവുകളിലേക്ക് എത്തിനോക്കുന്നില്ല. അവസാനം പുഷ്പോത്ത് മാളികയിൽനിന്നും വേർപിരിഞ്ഞുപോകാനിടയായ സാഹചര്യങ്ങളെക്കുറിച്ചും പ്രതിപാദിക്കുന്നില്ല. പണം കൈയിൽ കിട്ടിയാൽ ധൂർത്തടിക്കുന്ന ഈ മഹാകവിയെ തളയ്ക്കാൻ ഈ പ്രപഞ്ചത്തിലെ ഒരു ശക്തിക്കും കഴിഞ്ഞിരുന്നില്ല എന്ന വിശ്വാസക്കാരനാണ്, ഞാനന്നുമിന്നും. ലാഭനഷ്ടങ്ങൾ നോക്കിയിട്ടുള്ള ജീവിതമായിരുന്നില്ല. 1975-ൽ പി. കുഞ്ഞിരാമൻനായർ 'പുഷ്പോത്ത് മാളിക'യിലെ താമസം മാറ്റി. ഗുരുവായൂർ ദേവസ്വം സത്രത്തിലെ ഈസ്റ്റ് ബ്ലോക്ക് 49-ാം നമ്പർ മുറിയിൽ താവളം വെച്ചു.

ദേവസ്വം മാനേജിങ് കമ്മിറ്റിയിൽ ഞാനക്കാലത്ത് മെമ്പറായിരുന്നു. കമ്മിറ്റിയിലുള്ള എന്റെ സ്വാധീനം പരമാവധി ഉപയോഗിച്ച് ഒരു മുറി സംഘടിപ്പിക്കുകയാണുണ്ടായത്. കമ്മിറ്റിയിലെ മറ്റു മെമ്പർമാരെല്ലാം കൂടി പി.ക്ക് സൗജന്യമായൊരു മുറി നൽകാനുള്ള തീർപ്പെടുത്തു. കിടങ്ങൂർ ഗോപാലകൃഷ്ണപിള്ള, ജി.പി. മംഗലത്ത് മഠം, മുൻമന്ത്രി

കെ. കുഞ്ഞമ്പു, മേലത്ത് നാരായണൻ നമ്പ്യാർ, വടേക്കര ബാല കൃഷ്ണൻ നായർ, ജി. ഗോപിനാഥപിള്ള എം.എൽ.എ., വി.എസ്. വിജയരാഘവൻ തുടങ്ങിയ മെമ്പർമാർ ഇക്കാര്യത്തിൽ വളരെയേറെ താത്പര്യമെടുത്തു. മഹാകവി പി. കുഞ്ഞിരാമൻനായരെപ്പോലെയുള്ള ഒരു മഹാശയനെ ഇങ്ങനെ ഊരുചുറ്റാൻ അനുവദിക്കരുതെന്നായിരുന്നു മെമ്പർമാരുടെ ഭൂരിപക്ഷാഭിപ്രായം. അങ്ങനെ മഹാകവിക്ക് ഗുരുവായൂരിൽ സ്ഥിരമായി മരണംവരെ താമസിക്കാനുള്ള ഒരേർപ്പാടുണ്ടാക്കി. എന്നാൽ അട്ടയെ പിടിച്ച് കട്ടിലിന്മേൽ കിടത്തിയാലത് അവിടെ കിടക്കുകയില്ലെന്നറിയാവുന്നവർ വളരെ ചുരുക്കംപേർ മാത്രം. കുളിമുറിയും കക്കൂസുമുള്ള ഒരു മുറി സാമാന്യം സൗകര്യമുള്ളതായിരുന്നു. എഴുതാനുള്ള സാഹചര്യമുണ്ട്. 'പുഷ്പോത്ത് മാളിക'യിലെന്നപോലെ ശബ്ദവും ബഹളവുമില്ലാത്ത അന്തരീക്ഷം. അന്വേഷിച്ചുവരുന്നവരുടെ അംഗസംഖ്യ കുറയ്ക്കാനെങ്കിലും കഴിയും. സ്വസ്ഥമായിരുന്ന് എഴുതട്ടെ, ധാരാളം കവിതകൾ എഴുതി. സമ്മേളനങ്ങൾക്കുള്ള ക്ഷണങ്ങൾ വന്നുകൊണ്ടിരുന്നു. ഗുരുവായൂർ ദേവസ്വത്തിന്റെ ആഭിമുഖ്യത്തിൽ നടന്നിരുന്ന നാരായണീയദിനം, പൂന്താനദിനം, മാനവേദജയന്തി തുടങ്ങിയ പരിപാടികളിൽ കുഞ്ഞിരാമൻനായർ വിശിഷ്ടാതിഥിയായി വേദികൾ പങ്കിട്ടു. തദ്ദേശീയനായ മറ്റൊരു സാഹിത്യകാരനും ലഭിക്കാത്ത യാത്രാപ്പടി കണക്കിൽ ചെലവെഴുതി തള്ളി. 1976ൽ ഗുരുവായൂർ ദേവസ്വം പ്രസിദ്ധീകരണമായി 'തിരുമുടിമാല' പ്രസിദ്ധപ്പെടുത്തി. ജീവിച്ചിരിക്കുന്ന ഒരു കവിയുടെ കൃതി ആദ്യമായാണ് ദേവസ്വം മുൻകൈ എടുത്ത് പ്രസിദ്ധീകരിക്കുന്നതെന്ന കാര്യം പ്രത്യേക പരാമർശം അർഹിക്കുന്നു. 'തിരുമുടിമാല' എന്നത് പുതിയ ശീർഷകമാണെങ്കിലും പഴയ മൂന്നു കാവ്യസമാഹാരങ്ങൾ കൂട്ടിച്ചേർത്തതായിരുന്നു. 1940കളിൽ പ്രസിദ്ധീകരിച്ച ഭദ്രദീപം, അനന്തൻകാട്ടിൽ, താമരമാല എന്നീ മൂന്നു ഭക്തിഖണ്ഡകാവ്യങ്ങളാണിവ. ഗുരുവായൂരപ്പന്റെ അപദാനങ്ങളെ പ്രകീർത്തിച്ചെഴുതിയ 'ഭദ്രദീപം' പി.യുടെ കലാസൃഷ്ടികളിലെ ആത്മീയതയെ വിളംബരം ചെയ്യുന്ന ഒരു ഉൽകൃഷ്ട കൃതിയായി ഇന്നും വാഴ്ത്തപ്പെടുന്നു. എന്നാൽ ഈ മൂന്നു കൃതികളും തുച്ഛമായ ഒരു തുകയ്ക്ക് കോപ്പിറൈറ്റ് നല്കിയതാണെന്ന് പിന്നീടാണറിഞ്ഞത്. പ്രസാധകനെ കണ്ട് മഹാകവി പകർപ്പവകാശം തീറു കൊടുത്തപ്പോൾ കൈപ്പറ്റിയ തുകയുടെ അഞ്ചിരട്ടി നല്കിയാണ് ഈ നൂലാമാലയിൽനിന്നും കവിയെ രക്ഷപ്പെടുത്തിയത്. തുച്ഛമായ കാശിന്നുവേണ്ടി തന്റെ കൃതികളുടെ പകർപ്പവകാശം എന്നെന്നേക്കുമായി എഴുതിക്കൊടുക്കുന്നതിൽ ഈ കവിക്ക് യാതൊരു മടിയുമുണ്ടായിരുന്നില്ല.

തിരുമുടിമാല ഗുരുവായൂർ ദേവസ്വം പബ്ലിക്കേഷനുവേണ്ടി ഡി.സി. പ്രസ്സിലാണ് അച്ചടിച്ചത്. എം.വി. ദേവന്റെ അതിമനോഹരമായ മുഖചിത്രം. കാലിക്കോ ബൈൻഡ്. കട്ടിയുള്ള വെള്ളക്കടലാസ്. പുസ്തക

പ്രകാശനം ദേവസ്വം നേരിട്ടാണ് നടത്തിയത്. സത്രം ഹാളിൽ വെച്ചു നടന്ന ആ ചടങ്ങിൽ ഡി.സിയും ആശംസാപ്രസംഗം നടത്താനെത്തിയിരുന്നു. എല്ലാംകൊണ്ടും ഗംഭീരമായ ഒരു സദസ്സ്. ഉറങ്ങിക്കിടന്നിരുന്ന മഹാകവി പി. വീണ്ടും ഉഷാറായി. വളരെയൊന്നും ബുദ്ധിമുട്ടാതെ പോക്കറ്റിൽ പതിനായിരത്തിലേറെ രൂപയും വന്നു വീണു. പണം കൈയിൽ കിട്ടിയതോടെ ആള് മാറി. കോലം മാറി ശീലം മാറി. ആരോടും യാത്ര പറയാതെ ഗുരുവായൂരിൽനിന്നും മുങ്ങി. പിന്നെ പൊങ്ങിയത് തിരുവനന്തപുരത്താണ്. സി.പി. സത്രത്തിൽ മുറിയെടുത്തുകൂടി. വഴിവിട്ട സഞ്ചാരത്തിനിടയിൽ സി.പി. സത്രത്തിൽ കിടന്ന് അനാഥനായി മരിച്ചു. പിന്നത്തെ കഥ എല്ലാവർക്കും അറിയാവുന്നതുകൊണ്ട് അതിലേക്കു കടക്കുന്നില്ല. കളിയച്ഛൻ തന്റെ കൂട് ഗുരുവായൂരിൽനിന്നും മാറിയതോടെ തിരിച്ചുവരില്ലെന്ന തോന്നൽ എന്നെ വല്ലാതെ അലട്ടിയിരുന്നു. ഞാൻ തിരുവനന്തപുരത്തുള്ളപ്പോൾ പല തവണ സി.പി. സത്രത്തിൽ പോയിക്കണ്ടു. മഹാകവിയുടെ തിരുവനന്തപുരത്തെ ഏറ്റവും അടുത്ത സുഹൃത്ത് പ്രസിദ്ധ സാഹിത്യകാരനായ നാഗവള്ളി ആർ.എസ്. കുറുപ്പായിരുന്നു. അവസാനത്തെ കൂടിക്കാഴ്ച വർണിക്കാൻ വയ്യാ. ലക്കുകെട്ടദ്ദേഹം മദ്യപിച്ചിരുന്നു. എന്നെയും കുടിക്കാനദ്ദേഹം നിർബന്ധിച്ചു. ഞാൻ വഴങ്ങിയില്ല. "ഓ! വിശ്വസാഹിത്യകാരനല്ലേ. നീയൊക്കെ ഇന്ന് വളരെ വലിയ ആളാണ്. കണ്ടാൽ കണ്ണിൽപിടിക്കില്ല." ഞാൻ നിശ്ശബ്ദനായിരുന്ന് ആ ശകാരങ്ങൾ കേട്ടു. ശകാരത്തിലും സ്നേഹത്തിന്റെ ചൂട്. അവസാനം സ്വന്തം കൈകൊണ്ട് കുഴച്ച ഇഡ്ഢലി എന്റെ വായിൽ കുത്തിനിറച്ചു. ഉണ്ണികൃഷ്ണന് യശോദ വെണ്ണകൊടുക്കുകയാണെന്നായിരുന്നു ഭാഷ്യം. അദ്ദേഹം പൊട്ടിച്ചിരിച്ചു, ഒപ്പം നാഗവള്ളിയും.

പ്രകൃതിയുടെ നിത്യകാമുകൻ

ഓണം, വിഷു, തിരുവാതിര മുതലായ കേരളീയോത്സവങ്ങൾ കവിയുടെ ജന്മാന്തരസുകൃതങ്ങളായിരുന്നു. ഋതുഭേദങ്ങളിലൂടെ ഉണരുന്നു, പ്രകീർത്തിക്കപ്പെടുന്നു. ശിവരാത്രി, നവരാത്രി, ജന്മാഷ്ടമി, ദീപാവലി, അക്ഷയതൃതീയ, വൈശാഖം, സംക്രമസന്ധ്യകൾ, ചിത്രാപൂർണിമ, ഞാറ്റുവേലകൾ, വർഷാഗമനം, മലയാളമാസങ്ങളുടെ സവിശേഷതകൾ, കാറ്റ്, മഴ, മരങ്ങൾ, പൂവുകൾ, ലതാദികൾ, സസ്യങ്ങൾ, നദികൾ, പുഴകൾ, തോടുകൾ, സമുദ്രം, മലകൾ, പർവ്വതങ്ങൾ, സൂര്യൻ, ചന്ദ്രൻ, ആകാശം, ബലിദാനങ്ങൾ, പിതൃക്രിയ, ശ്രാദ്ധം എന്നുവേണ്ട പ്രകൃതിയെപ്പറ്റി ഏറെ പാടിയിട്ടുള്ള കവിയാണ് പി. കേരളീയന്റെ എന്താചാരത്തെയും അനുഷ്ഠാനത്തെയും നെഞ്ചിലേറ്റി ആരാധിക്കുന്നതിൽ ഈ കവി മുൻപന്തിയിൽ നിൽക്കുന്നു. പ്രകൃതിയിൽ കാണുന്ന എന്തും ഏതും ഈ കവിയുടെ ദൃഷ്ടിയിൽ അദ്ഭുതങ്ങളാണ്. ദർശനാനുഭൂതിയാണ്. രചനയിൽ ഇവയുടെ ധാരാളിത്തം അനുഭവപ്പെടുമെങ്കിലും

അകൃത്രിമസുന്ദരങ്ങളായ മഹാകവിയുടെ ഈരടികൾ എന്നും നവം നവങ്ങളായ അനുഭൂതികൾ, കവിതയെ സ്നേഹിക്കുന്നവരിൽ കോരി നിറയ്ക്കുന്നു. ഋതുഭേദങ്ങളിലൂടെ ജീവിക്കുന്ന ഈ കവിയെ പ്രകൃതി യുടെ നിത്യകാമുകനായി വിശേഷിപ്പിക്കുന്നതിൽ തെറ്റുണ്ടെന്നു തോന്നു ന്നില്ല. മലനാടിന്റെ തനത് മുഖമുദ്രയണിഞ്ഞ എത്രയോ ബിംബങ്ങളും ചിഹ്നങ്ങളും ഉപമകളും ഉൽപ്രേക്ഷകളും അടയാളങ്ങളും ചിന്നിച്ചിതറി കിടക്കുന്നതായി കാണാം.

അവ പെറുക്കിയെടുക്കുക എളുപ്പമല്ല. ചില വസ്തുക്കളോട്, ജീവി കളോട്, അന്തരീക്ഷങ്ങളോട് കവിക്കുള്ള മമത വേർതിരിച്ചെടുത്ത് വ്യവ ച്ഛേദിക്കാൻ പ്രയാസമുണ്ട്. അനശ്വരങ്ങളായ ഒട്ടേറെ കവിതകളുടെ ജന യിതാവാണ് പി. നിറപറ, നിലവിളക്ക്, തെങ്ങിൻപൂക്കുല, ചെന്തെങ്ങിള ന്നീര്, മുല്ലപ്പൂവ്, നറുനിലാവ്, നാട്ടുതേന്മാവുകൾ, വെള്ളമേഘങ്ങൾ, നീലാ കാശം, തുമ്പപ്പൂക്കൾ, സ്വർണക്കിങ്ങിണി കെട്ടിയ കണിക്കൊന്നകൾ, പാടം ഉഴുതുമറിക്കുന്ന കാളകൾ, ചളിക്കണ്ടങ്ങൾ, വയലേലകൾ, കരി മ്പിൻതോട്ടം, പ്രഭാതം, പ്രാതസ്നാനം, നിളാതീരത്തെ മഞ്ഞണിഞ്ഞ സുപ്രഭാതം, സായംസന്ധ്യകൾ, ഗ്രാമീണ പെൺകൊടികൾ, തിരുവാതിര ഞാറ്റുവേല, ഇരുളടഞ്ഞ കർക്കടകരാത്രി, മഴമേഘങ്ങൾ, മഴവില്ല്, ആവണിപ്പലക, ദശപുഷ്പങ്ങൾ, വാൽക്കണ്ണാടി, മഷിക്കൂട്. ഭസ്മ-കളഭ -സിന്ദൂരച്ചെപ്പുകൾ, സൗന്ദര്യത്തിടമ്പുകൾ, ഉൾനാടൻ ഗ്രാമീണ പെൺകൊടിമാർ, സ്വർണത്താമര, ചെന്താമര, അല്ലിത്താമര, നീലത്താമര, വെള്ളാമ്പലുകൾ, മയിലാഞ്ചി, ചെമ്പകം, അശോകം, പുന്നാഗം... അങ്ങനെ പോകുന്നു ആ നീണ്ട പട്ടിക. ഈ പ്രപഞ്ചത്തിലെ സൗന്ദര്യ വസ്തുക്കളെ ഒന്നുംതന്നെ കവി ഒഴിവാക്കുന്നില്ല. അനുദിനം മാഞ്ഞു പോയിക്കൊണ്ടിരിക്കുന്ന കേരളത്തനിമയാർന്ന പ്രകൃതിദൃശ്യങ്ങളെ പ്രശ സ്തനായ ഒരു ചിത്രകാരന്റെ കരവിരുതോടെ വരച്ചുകാണിച്ചിരിക്കുന്നു.

പ്രകൃതിയുടെ അഭൗമചൈതന്യം നഷ്ടപ്പെട്ടാലും അവയെ അക്ഷര ങ്ങളിലൂടെ - ശാശ്വതീകരിച്ചുവെന്നുള്ളതാണ് പി.യുടെ മിടുക്ക്. മറ്റു പല കവികളും പ്രകൃതിവർണനയിൽ താത്പര്യം കാണിച്ചിട്ടില്ല എന്നർത്ഥ ത്തിലല്ല ഇത് പറയുന്നത്. കവി സഞ്ചരിച്ച പ്രദേശങ്ങളും ഒറ്റയടിപ്പാത കളും ഊടുവഴികളും ഏതൊക്കെയാണെന്നറിഞ്ഞിരിക്കേണ്ടതാണ്. എന്നാലേ ആ കവിതയുടെ സ്വാരസ്യവും ആത്മാർത്ഥതയും ഉൾക്കൊ ള്ളാൻ കഴിയൂ. കവി ജീവിച്ച പരിതഃസ്ഥിതികളെയും കവി ബന്ധപ്പെട്ട വ്യക്തികളെയും അറിഞ്ഞിരിക്കുന്നത് നല്ലതാണ്. കവിയുടെ കാൽപ്പാടു കൾ പതിഞ്ഞ ഗ്രാമങ്ങൾ, ഒറ്റയടിപ്പാതകൾ, കുന്നിൻചെരുവുകൾ, താവള ങ്ങൾ ഏതൊക്കെയാണെന്ന് എഴുതിയ കവിതകളിലൂടെതന്നെ സൂചന നൽകിയിട്ടുണ്ട്. ചില സ്ഥലപ്പേരുകളും സങ്കേതങ്ങളും വ്യക്തിനാമങ്ങളും

ഈ സൂചനകളിൽ പരാമർശിക്കപ്പെട്ടിട്ടുണ്ട്. ചില പ്രധാന കവിതയുടെ ആമുഖമായെഴുതിയ കുറിപ്പുകൾ വായിച്ചാൽ പിടികിട്ടും.

വില്വാദ്രി ചെരുവും തിരുവമ്പാടിയും നിളാനദിക്കരയിലെ ഓടിട്ട മാളിക വീടും തെന്മലനാട്ടിലെ പടിപ്പുരകളും വാടകവീടുകളും സങ്കേതങ്ങളും കവിയുടെ ജീവിതത്തെയും ചിന്തകളെയും സ്വാധീനിച്ചിട്ടുള്ളതായി കാണാം. അവയെ ആവർത്തിച്ചാവർത്തിച്ച് പറയുന്ന ശീലമുണ്ട്. പല ദിക്കിലും കവിക്ക് 'കൂട്ടുകാരി'കളായ ആരാധികമാരുണ്ടായിരുന്നു. ഇവരിൽ രണ്ടുമൂന്നുപേർ ഭാര്യമാരായി. മറ്റു ചിലർ കാമുകിമാരും. പലരുമായുള്ള സമ്പർക്കം അദ്ദേഹത്തിൽ ശക്തിയായും കവിതയായും സംഗീതമായും രൂപാന്തരപ്പെട്ടത് ചിലർക്കെങ്കിലും അറിയാവുന്ന രഹസ്യങ്ങളാണ്. ഋതുക്കളെ മനസ്സിൽ കുടിയിരുത്തിയ കവി സൗന്ദര്യോപാസകനായിരുന്നുവെന്ന് എടുത്തുപറയേണ്ടതില്ല. നഷ്ടപ്പെട്ട മൂല്യങ്ങളെക്കുറിച്ച് പലതവണ കവി പരിതപിച്ചു. ഗതകാല സ്വപ്നങ്ങൾ ഗൃഹാതുരത്വമായി മാറി. കവിയുടെ സിരാ-സ്നായുക്കളിൽ പ്രകൃതിയും മനുഷ്യനും ഭൂതബാധപോലെ കവിയെ ആവേശിച്ചിട്ടുള്ളതായി കാണാവുന്നതാണ്. കറയറ്റ കവിതയുടെ മാനസസരസ്സിലാണ്ടു മുങ്ങാനാഗ്രഹിക്കുന്നവർക്ക് പിയുടെ കവിതകളിലൂടെ സഞ്ചരിക്കുന്നത് വലിയൊരു സാഫല്യമാണ്, അനുഗ്രഹമാണ്, ശാന്തിദായകമാണ്. അവധൂതഗണത്തിൽപ്പെടുന്ന ഈ മഹാകവിയെ ഇനിയും വേണ്ടവിധത്തിൽ വിലയിരുത്തപ്പെട്ടിട്ടില്ല. നീട്ടുന്നില്ല, കാവ്യപ്രപഞ്ച നീലാകാശത്തിലെ പാതിരാത്താരമേ, സ്തുതി!

കാരുണ്യവാനായ വൈക്കം മുഹമ്മദ് ബഷീർ

മലയാളസാഹിത്യത്തിന് ഒരുകാലത്തും മറക്കാൻ കഴിയാത്ത ഒരു മാസ്മരിക പ്രതിഭാശാലിയാണ് വൈക്കം മുഹമ്മദ് ബഷീർ. ഈ മഹത് പ്രതിഭയോട് ഉപമിക്കാവുന്ന മറ്റ് എഴുത്തുകാർ നമുക്കധികമില്ല. അനുഭവ സമ്പന്നനായ ബഷീർ ജീവിതത്തിന്റെ നാനാത്വങ്ങളിൽ മുങ്ങിക്കുളിച്ച വനാണ്. സാഹസികനായ ബഷീർ അദ്ദേഹത്തിന്റെ ജീവിതത്തിലെ യൗവ്വനഘട്ടങ്ങളെ മുഴുവൻ ഏകാന്തപഥികനായിട്ടാണ് തരണം ചെയ്തിരിക്കുന്നത്. ഇന്ത്യ എന്ന മഹാരാജ്യത്തിൽ (വിഭജനത്തിനു മുമ്പുള്ള) കാൽനടയായും കള്ളവണ്ടി കയറിയും ചുറ്റിസഞ്ചരിച്ചിട്ടുള്ള വനാണ്. പണമുള്ളവരുമായും ഇല്ലാത്തവരുമായും ബഷീറിന് അടുക്കു വാൻ സാധിച്ചു. ഉള്ളവനും ഇല്ലാത്തവനും തമ്മിലുള്ള വിടവിനേക്കാൾ വലുത് മനുഷ്യത്വമാണെന്ന പരമതത്ത്വം അദ്ദേഹം സ്വജീവിതാനുഭവ ങ്ങളിലൂടെ കണ്ടെത്തി.

ലോകത്തിന്റെ മനസ്സാക്ഷിയെ ഞെട്ടിക്കുന്ന യുദ്ധത്തെക്കുറിച്ചും സമാധാനം കൈവരുത്തുന്നതിനിടയിൽ നഷ്ടപ്പെട്ടുപോകുന്ന ആയിര മായിരം മനുഷ്യാത്മാക്കളുടെ വേദനകളെക്കുറിച്ചും അദ്ദേഹം വേവലാതി പ്പെട്ടു. ഉത്കണ്ഠാകുലനായി.

വിവിധങ്ങളായ ഭൂവിഭാഗത്തേയും മനുഷ്യരേയും കണ്ടെത്തുവാനിട വന്ന ബഷീർ ദൈവത്തിന്റെ കളികളെക്കുറിച്ചദ്ഭുതം കൂറി.

താൻ ജീവിതത്തിൽ സ്വരൂപിച്ച അനുഭവസമ്പത്ത് മുഴുവനും കലാ സൃഷ്ടികളാക്കി അവതരിപ്പിച്ചുവെന്നുള്ളതാണ് ബഷീറിന്റെ സവിശേ ഷത. ജീവിതത്തിൽനിന്നും പറിച്ചെടുത്ത ഏടുകളാണാ സൃഷ്ടികൾ എന്നുള്ളതുകൊണ്ടാണ് കേരളീയസഹൃദയലോകം അദ്ദേഹത്തെ നെഞ്ചിലേറ്റി താലോലിച്ചത്.

ബാല്യകാലസഖിയും പാത്തുമ്മയുടെ ആടും ന്റുപ്പാപ്പാക്കൊരാനേ ണ്ടാർന്നും എന്ന മൂന്നു കൃതിയും ബഷീറിന്റെ സർഗ്ഗവൈഭവത്തിന്റെ

വെന്നിക്കൊടികളായി ഉയർന്നുനിൽക്കും. മുച്ചീട്ടുകളിക്കാരന്റെ മകളും സ്ഥലത്തെ പ്രധാന ദിവ്യനും നമ്മുടെ നിത്യജീവിതത്തിൽ കണ്ടുവരുന്ന രാഷ്ട്രീയ-സാമൂഹ്യ കപടതകളിലേക്കു വെളിച്ചം വീശുന്നു.

ബഷീറിന്റെ നർമ്മങ്ങൾ തേൻമുള്ളുകളാണ്. ആ തേൻമുള്ളുകൾ എല്ലാം കൂട്ടിയിണക്കി പിഴിഞ്ഞെടുത്താൽ ചോരപുരണ്ട കണ്ണീരിന്റെ തേനാണ് നമുക്ക് കിട്ടുക. ചിരിച്ച് ചിരിച്ച് കരഞ്ഞുപോകുന്ന ആ കല കളെയും കഥാകാരനെയും കൈരളിക്ക് മറക്കാൻ പറ്റുകയില്ല.

മനുഷ്യനെന്ന നിലയിൽ ബഷീറിനോളം സ്നേഹസമ്പന്നനായ, ഉദാര മതിയായ, ആതിഥ്യമര്യാദയുള്ള മറ്റൊരെഴുത്തുകാരനെ കണ്ടെത്തുക പ്രയാസമാണ്. ഏത് പരിതസ്ഥിതിയിലും വലഞ്ഞുചെല്ലുന്ന സാഹിത്യ കാരന്മാർക്കും അഗതികൾക്കും ബഷീർ വലിയൊരനുഗ്രഹവും ആശ്വാസ വുമായിരുന്നു.

ജാതി-മതചിന്തകൾക്കതീതമായ് മനുഷ്യനെ ഏറ്റവുമധികം ബഹു മാനിച്ച മലയാളത്തിന്റെ മഹാനായിരുന്ന എഴുത്തുകാരനായിരുന്നു വൈക്കം മുഹമ്മദ് ബഷീർ എന്ന് തീർത്തുപറയാവുന്നതാണ്. കവിയും കാമുകനും ഭ്രാന്തനും കാരുണ്യവാനും ആർദ്രഹൃദയനും സമസ്തജീവ ജാലങ്ങളോടും സഹാനുഭൂതിയും വെച്ചുപുലർത്തിയിരുന്ന ബഷീറിന്റെ തിരോധാനം എന്റെ കണ്ണുകളെ ഈറനണിയിക്കുന്നു.

1956 മുതൽ ആരംഭിച്ച ആ സ്നേഹബന്ധം ഒരിക്കലെങ്കിലും ഉലഞ്ഞു പോയിട്ടില്ല. എന്നെ ബഷീറിന്റെ ആത്മാവുമായി ഇണക്കിച്ചേർത്ത ബന്ധു ചരമഗതി പ്രാപിച്ച നർമ്മദ രാഘവൻനായരായിരുന്നു. എല്ലാ കൊല്ലവും ബേപ്പൂരിൽവെച്ച് വൈക്കം മുഹമ്മദ് ബഷീറിനെ കണ്ട് ഒരു ദിവസം അദ്ദേഹത്തിന്റെ 'വൈയാലിൽ വീട്ടിൽ' ഒത്തുകൂടുക എന്നുള്ളത് ഒരു പതിവാക്കിയിരുന്നു. എത്രയോ ഊഷ്മളങ്ങളായ അനുഭൂതികളെ അയവിറക്കാനുണ്ട്.

കാരുണ്യവാനായ വൈക്കം മുഹമ്മദ് ബഷീറെന്ന എഴുത്തുകാരന്റെ യശസ്സ് പെട്ടെന്നൊന്നും കെട്ടുപോകില്ലെന്നാണെന്റെ ഉറച്ച വിശ്വാസം.

സൗഹൃദത്തിന്റെ കയ്യൊപ്പുകൾ

തകഴിയുടെ നിര്യാണത്തോടെ സാഹിത്യക്കളരിയിലെ ആശാൻ നഷ്ട പ്പെട്ട അവസ്ഥയാണ്. ഇനി ആർക്കും കഥാസാഹിത്യരംഗത്തെ കുല പതിയും ആശാനുമായിട്ട് അരങ്ങ് തകർത്ത് ആടാം. തകഴി മലയാള ത്തിലെ ചോദ്യം ചെയ്യപ്പെടാനാകാത്ത കുലപതിയായിരുന്നു. തകഴിയു മായുള്ള എന്റെ ബന്ധത്തിന് ഏതാണ്ട് നാല്പത് വർഷത്തെ മൂപ്പുണ്ട്. കൃത്യമായി പറയുകയാണെങ്കിൽ ആയിരത്തിത്തൊള്ളായിരത്തി അറുപതുകളിലാണ് കോട്ടയത്തെ കളരിക്കൽ ബസാറിലുണ്ടായിരുന്ന സാഹിത്യപ്രവർത്തക സഹകരണസംഘം ഓഫീസിൽവെച്ച് അന്നേ പ്രശസ്തനായ ഈ സാഹിത്യനായകനെ കണ്ടുമുട്ടാനിടയായത്. കണ്ട പ്പോഴാദ്യമായി അദ്ഭുതമാണ് തോന്നിയത്. ഇത്രയും സരളനും ഗ്രാമീ ണനുമായ വ്യക്തിയാണ് തകഴിയെന്ന് ഊഹിക്കാൻപോലും കഴിഞ്ഞി രുന്നില്ല.

എസ്.പി.സി.എസ്സിൽ

സംഘത്തിൽനിന്നും പ്രസിദ്ധീകരിക്കുന്നതിനുവേണ്ടി പുതിയൊരു കഥാസമാഹാരത്തിന്റെ മാറ്റർ നേരിട്ട് കാരൂർസാറിനെ ഏല്പിക്കാൻ വേണ്ടിയാണ് ഞാൻ ഓഫീസിലേക്ക് കയറിച്ചെന്നത്. അന്ന് സംഘം സെക്രട്ടറി കാരൂർസാറും പബ്ലിക്കേഷൻ മാനേജർ (അതോ പബ്ലി ക്കേഷൻ അസിസ്റ്റന്റോ എന്നറിഞ്ഞുകൂടാ) ഡി.സി. കിഴക്കേമുറിയുമായി രുന്നു. തകഴി, കാരൂർ, ഡി.സി. ഈ മൂന്നുപേരെയും ഒരേ മേശയ്ക്കു ചുറ്റും ഒരുമിച്ചു കണ്ട രംഗം ഇപ്പോഴും എന്റെ മനസ്സിൽ പച്ചപിടിച്ചു നിൽക്കുന്നു. കാരൂർ സാറിന്റെ മുറുക്കാൻപൊതിയിൽനിന്നും തകഴി വെറ്റിലയെടുത്ത് മുറുക്കി സംസാരിച്ചുകൊണ്ടിരുന്നു. മൂന്നുപേരുംകൂടി ഗഹനമായ എന്തോ ഒരു വിഷയത്തെക്കുറിച്ച് ചർച്ച ചെയ്യുന്നതിനിടയി ലുള്ള എന്റെ നുഴഞ്ഞുകയറ്റം മൂവരും ഇഷ്ടപ്പെട്ടുവോ എന്നറിഞ്ഞുകൂടാ. ഞാൻ ഓഫീസിൽ കിടന്നിരുന്ന ബെഞ്ചിന്റെ മൂലയിൽ ഇരുന്നുകൊണ്ട് കൊണ്ടുവന്ന കഥകളുടെ മാറ്റർ പൊതിഞ്ഞുകെട്ടിയ കവർ നീട്ടി. കാരൂർസാർ അത് മേശപ്പുറത്ത് വാങ്ങിവെച്ചു. എന്നെ തകഴിക്ക് കാരൂർ

സാർ പരിചയപ്പെടുത്തിക്കൊടുത്തു. കാരൂർസാറിനെ ഏല്പിച്ച വലിയ വെള്ളക്കവറിന്റെ മുകളിൽ ഗ്രന്ഥത്തിന്റെയും ഗ്രന്ഥകാരന്റെയും പേർ വലിയ അക്ഷരങ്ങളിൽ എഴുതിപിടിപ്പിച്ചിരുന്നു.

കവറിനു മുകളിലെഴുതിയ ഗ്രന്ഥത്തിന്റെ പേർ വായിച്ചെടുത്തു കൊണ്ട് തകഴി ഉരുവിട്ടു: “ഡൈലൻ തോമസ്സിന്റെ ഗാനം.” കൂടെ ഇത്രയും കൂട്ടിച്ചേർത്തു.

“ഇതെന്തോന്ന് പേര്? കവിതയാണോ?” ആ ചോദ്യത്തിൽ കുസൃതി യുള്ളതായെനിക്കു തോന്നി.

ആണും പെണ്ണും കെട്ട പേർ. കവിതയും കഥയും തമ്മിൽ വേർതിരി ച്ചറിയാൻ കഴിയാത്ത ഈ പേരെന്തിനു പുസ്തകത്തിന് നൽകി എന്നൊരു ജാള്യം എന്റെ ഉള്ളിലുണ്ടായി. ഞാനത് പുറത്തു കാണിക്കാതെ പറ ഞ്ഞൊപ്പിച്ചു.

“കവിതാസമാഹാരമല്ല. കഥാസമാഹാരമാണ്.”

ഈ പേരൊന്ന് മാറ്റിക്കൂടെ? ഡി.സിയുടെ നിർദ്ദേശം ഇടയിൽ കടന്നു വന്നു.

സി.ജെ. തോമസ് പത്രാധിപരായുള്ള ദേശബന്ധു വാർഷികവിശേ ഷാൽ പ്രതിയിൽ പ്രാമുഖ്യത്തോടെ അച്ചടിച്ചുവന്ന കഥയാണിതെന്നും അതുകൊണ്ട് നല്ല കഥയെന്ന് വിശേഷിപ്പിക്കപ്പെട്ടതുകൊണ്ടാണ് പുസ്തകത്തിന്റെ പേർ ‘ഡൈലൻ തോമസ്സിന്റെ ഗാനം’ എന്നാക്കി മാറ്റിയ തെന്നും ഞാൻ വിശദീകരിച്ചുകൊടുത്തു. മാത്രമല്ല മറ്റു കഥകളും ആനു കാലികങ്ങളിൽ പ്രസിദ്ധീകരിച്ചിട്ടുള്ളവയാണെന്നും ഈ കഥകളിൽ ചില തെങ്കിലും മേന്മയുള്ളതാണെന്ന് ബോധ്യപ്പെടുത്താനുള്ള ശ്രമവും എന്റെ ഭാഗത്തുനിന്നും ഉണ്ടായി. കാരൂർ അഭിപ്രായമൊന്നും പറഞ്ഞില്ല. ഡി. സിയും തകഴിയും എന്തോ സ്വകാര്യമായന്യോന്യം പറഞ്ഞു. ആ സ്വകാര്യം പറച്ചിൽ അനുകൂലമോ പ്രതികൂലമോ എന്നറിയാതെ ഞാൻ പരുങ്ങി.

പിന്നീട് ഞാനറിഞ്ഞു. എന്റെ കഥാസമാഹാരം പ്രസിദ്ധപ്പെടുത്തു വാൻ തകഴി പച്ചക്കൊടി കാട്ടിയെന്ന്. 1961-ൽ സംഘം നേരിട്ട് പ്രസിദ്ധീ കരിച്ച ‘ഡൈലൻ തോമസിന്റെ ഗാനം’ എന്ന പുസ്തകം ഭംഗിയായി അച്ചടിച്ച് പുറത്തുവന്നതിന്റെ പിന്നിൽ മേല്പറഞ്ഞ മൂന്നുപേർക്കും പങ്കു ണ്ടെന്ന കാര്യം എന്നെ ഉത്തേജിപ്പിച്ചുവെന്ന് പ്രത്യേകിച്ച് എടുത്തുപറ യേണ്ടതില്ലല്ലോ? സുപ്രസിദ്ധ ചിത്രകാരനായ എം.വി. ദേവനാണ് ഈ കൃതിയുടെ കവർപേജ് വരച്ചതെന്നുള്ളതും എടുത്തുപറയത്തക്ക ഒരു കാര്യമാണ്.

തകഴി എന്നെപ്പറ്റിയും എന്റെ കഥകളെപ്പറ്റിയും നല്ലത് പറഞ്ഞുവെന്ന സംഗതി എന്നെ ഒട്ടൊന്നുമല്ല ആഹ്ലാദിപ്പിച്ചത്. പ്രത്യേകിച്ച് 1960-ൽ. ഇതോടെ തകഴിയോടുള്ള എന്റെ ആദരവിനും സ്നേഹത്തിനും നാൾക്കു

നാൾ ഈടുറപ്പു കൂടിക്കൂടി വന്നു. സാഹിത്യപ്രവർത്തക സഹകരണ സംഘത്തിൽ വെച്ചുണ്ടായ 1960കളിലെ അടുപ്പം മരണംവരെ വെച്ചു പുലർത്തുവാൻ സാധിച്ചുവെന്നുള്ളത് എന്നെ സംബന്ധിച്ചേടത്തോളം നിസ്സാരകാര്യമല്ല, തകഴി ശിവശങ്കരപ്പിള്ളയെന്ന സാഹിത്യലോകത്തിലെ അതികായനെ ഞാനൊരിക്കലെങ്കിലും തകഴിച്ചേട്ടാ എന്നഭിസംബോധന ചെയ്യാറില്ല, അദ്ദേഹം സാഹിത്യത്തറവാട്ടിലെ കാരണവരും സാഹിത്യ കളരിയിലെ വലിയ ആശാനുമായിരുന്നു. സാഹിത്യരംഗത്തും ജീവിത രംഗത്തും തകഴിക്ക് ഞാൻ നൽകിയ സ്ഥാനം ഒരു മൂത്ത കാരണവരു ടെയും മാതുലന്റേതുമായിരുന്നു. എന്നേക്കാൾ ഇരുപത്തിരണ്ടു വയസ്സു കൂടും. ഞാനദ്ദേഹത്തിന് അനന്തരവനായിരുന്നു. പെങ്ങളുടെ മകനോട് മൂത്ത അമ്മാമനുണ്ടാകാവുന്ന വാത്സല്യവും പ്രത്സാഹനവും! ഇത് രണ്ടും എനിക്ക് വേണ്ടുവോളം അദ്ദേഹത്തിൽനിന്നും ലഭിക്കുകയുണ്ടായി. എന്നാൽ പലപ്പോഴും ഈയുള്ളവന്റെ ഭാഗത്തും ചൊല്ലുവിളിയില്ലാത്ത – അനുസരണക്കേടുകൾ ഉണ്ടായിട്ടുണ്ടെന്ന കാര്യം മറച്ചുവെക്കുന്നില്ല. പ്രായം കണക്കിലെടുക്കാത്ത പെരുമാറ്റം. അതൊക്കെ അദ്ദേഹം ക്ഷമ യോടെ സഹിച്ചു. എങ്ങനെയെങ്കിലും ഞാൻ നന്നായിക്കാണണമെന്ന ആത്മാർത്ഥമായ ആഗ്രഹം അദ്ദേഹത്തിന്റെ ഉള്ളിൽ ഉണ്ടായിരുന്നതായി എനിക്ക് നന്നായറിയാൻ സാധിച്ചിട്ടുണ്ട്: അനുഭവത്തിലൂടെ.

നീണ്ട കാലത്തെ പരിചയത്തിന്റേയും സൗഹൃദത്തിന്റെയും ഇട യിലുണ്ടായ നിരവധി സംഭവങ്ങൾ ഓർമ്മിക്കുവാനുണ്ട്. അതെല്ലാം ഈ അനുസ്മരണക്കുറിപ്പിൽ എഴുതിത്തീർക്കുക എന്നുള്ളത് അത്ര എളുപ്പ ത്തിൽ നിർവഹിക്കാവുന്ന കാര്യവുമല്ല. വഴിതെറ്റി ഒറ്റയാനായി ഭാര്യ യേയും മക്കളേയും അവരുടെ ജന്മഗൃഹത്തിൽ ദീർഘകാലം പാർപ്പി ക്കാനിടവന്ന സംഭവം തകഴി എങ്ങനെയോ മണത്തറിഞ്ഞു. തകഴി ഗുരു വായൂരിൽ വരുമ്പോഴൊക്കെ എന്റെ തറവാട്ടിൽ സന്ദർശനം നടത്തിയി രുന്നു. അന്ന് എന്റെ അമ്മ ജീവിച്ചിരിപ്പുണ്ടായിരുന്നു. ഒരു ഘട്ടത്തിൽ തകഴിയോട് എന്റെ ജീവിതത്തെ നേർവഴിക്ക് നയിച്ചുകൊണ്ടുവരാൻ ഉപ ദേശിക്കണമെന്ന് അമ്മ അപേക്ഷിക്കുകയുണ്ടായി. പരാതിരൂപത്തില വതരിപ്പിച്ച ഈ നിവേദനത്തിന് ഫലമുണ്ടായി. തകഴി എന്നെ നേരിട്ടു വിളിച്ച് ഒരു കാർന്നവരുടെ മട്ടിൽ ഉപദേശിച്ചു. ഗുണദോഷിച്ചു; നേർവഴിക്ക് പോകാനുള്ള പാത ചൂണ്ടിക്കാണിക്കുകയുമുണ്ടായി. സ്വന്തമായൊരു വീടുകെട്ടി ഭാര്യയേയും മക്കളേയും അവരുടെ വീട്ടിൽനിന്നും ഇറക്കി ക്കൊണ്ടുവന്ന് കൂടെ പാർപ്പിക്കണമെന്ന അദ്ദേഹത്തിന്റെ നിർദ്ദേശം ഞാനാദ്യത്തിൽ അവഗണിച്ചുവെങ്കിലും പിന്നീടുണ്ടായ ജീവിതാനുഭവ ങ്ങൾ തകഴിയുടെ വാക്കുകളെ മാനിക്കാൻ എനിക്ക് പ്രേരണ നൽകി യെന്ന കാര്യം മറച്ചുവെക്കുന്നില്ല. യൗവ്വനത്തിന്റെ താന്തോന്നിത്തങ്ങൾക്ക് വിരാമമിട്ടില്ലെങ്കിൽ പിന്നീട് ഖേദിക്കേണ്ടിവരുമെന്ന മുന്നറിയിപ്പ് ജീവിത ത്തിൽ വഴിത്തിരിവുണ്ടാക്കി. പിന്നീട് എനിക്ക് ബോധ്യപ്പെട്ടു. സ്വന്തമാ യൊരു വീടും കിടപ്പാടവുമില്ലാത്തവനെ ആരും ബഹുമാനിക്കുകയില്ലെന്ന്.

അങ്ങനെയാണ് തറവാട്ടിൽനിന്നും പത്തു സെന്റ് ഭൂമി വേർതിരിച്ചു നിർത്തി സ്വന്തമായൊരു കിടപ്പാടമുണ്ടാക്കിയത്. തറവാട്ടുവളപ്പിൽ തന്നെയാണ് ഞാനെന്റെ വീട് വെച്ചത്. പിന്നീട് മോടിപിടിപ്പിച്ച ആ വീടിന് ജാനകീസദനമെന്ന പേർ നിർദ്ദേശിച്ചതും തകഴിയായിരുന്നു. അമ്മയുടെ നാമധേയത്തിലുള്ള ജാനകീസദനമെന്ന വീട് അങ്ങനെയാണ് ഗുരുവായൂരിൽ രൂപംകൊണ്ടത്. ജാനകീസദനത്തിന്റെ പണി പൂർത്തീകരിച്ചത് 1985ലാണ്. ചെറിയ വീടാണെങ്കിലും സൗകര്യമുള്ള ഈ വീട്ടിൽ എന്റെ കുടുംബം താമസമാക്കിയപ്പോൾ തകഴിയും കാത്തച്ചേച്ചിയും കൂടി വീടു കാണാൻ വന്നത് വലിയ ഒരു സംഭവമായിട്ട് ആഘോഷിച്ചു. തകഴിയെന്ന കാർന്നവപ്പാടിന്റെ നിരന്തരമായ പ്രേരണയിൽനിന്നാണ് ജാനകീസദനവും അതിനോടനുബന്ധിച്ച പത്തുസെന്റ് സ്ഥലവും ഉണ്ടായതെന്ന വസ്തുത ആർക്കാണ് മറക്കാൻ കഴിയുക?

തകഴിയും കാത്തച്ചേച്ചിയും കൂടി വീടും പരിസരവും ചുറ്റിനടന്നു കണ്ടു. അടുക്കളയിൽ പാചകം ചെയ്യാനുള്ള പാത്രങ്ങൾ എല്ലാമായില്ലേ എന്നു ചെന്നു നോക്കുവാൻ കാത്തച്ചേച്ചിയെ ശട്ടംകെട്ടി. വീട്ടുപകരണങ്ങളെല്ലാം ഉണ്ടോ എന്നു നോക്കി. ഭർതൃവീട്ടിലെ വത്സലനിധിയായ ഒരമ്മ മകളുടെ പൊറുതി അന്വേഷിക്കുന്നപോലെ കാത്തച്ചേച്ചി എല്ലാം നോക്കിക്കണ്ടു. എല്ലാം സഹിക്കാനുള്ള ഒരു കുടുംബിനിക്കുണ്ടാകേണ്ട സഹിഷ്ണുതയെക്കുറിച്ച് എന്റെ ഭാര്യയ്ക്കു വേണ്ടവിധ ഉപദേശങ്ങൾ നൽകി. ഭർത്താവിനെ ഒരു ഭാര്യ എങ്ങനെ പരിചരിക്കണമെന്ന കാര്യം വീണ്ടും വീണ്ടും ഓർമ്മപ്പെടുത്തി.

സന്തുഷ്ടമായ കുടുംബജീവിതത്തിന്റെ മാതൃകകളായ ആ രണ്ടു പേരും കൂടി നൽകിയ ഉപദേശങ്ങളായിരിക്കാം ഒരുപക്ഷേ, ഇത്രയുംകാലം എന്നോടൊത്ത് ഭാര്യ ജീവിച്ചുപോന്നതെന്ന് ഞാൻ കരുതുന്നു. കഷ്ടപ്പാടിലും സന്തോഷത്തിലും ഒരുപോലെ ഭാര്യാഭർത്താക്കന്മാർ പങ്കാളികളായിരിക്കണമെന്നും പരസ്പര വിശ്വാസവും സ്നേഹവുമാണ് കുടുംബജീവിതത്തിലുണ്ടാകേണ്ടതെന്ന പൊരുൾ ഉൾക്കൊള്ളാൻ കഴിഞ്ഞത് തകഴിയുമായുള്ള ബന്ധംകൊണ്ടാണെന്നാണെന്റെ ഉറച്ച വിശ്വാസം.

അദ്ദേഹത്തെക്കുറിച്ച് ഒരുപാട് കാര്യങ്ങൾ എഴുതാനുണ്ട്. ഒന്നും മിച്ചം വെക്കാതെ കൈയിൽ കിട്ടുന്ന കാശു മുഴുവനും ധൂർത്തടിക്കുന്നവന് ഒരു നാൾ ദുഃഖിക്കേണ്ടിവരുമെന്നും ഗൃഹസ്ഥനെപ്പോഴും സ്വന്തം ഭാര്യയെയും മക്കളെയും നോക്കി സംരക്ഷിക്കാൻ ബാധ്യസ്ഥനുമാണെന്ന അവബോധം എന്നിൽ സൃഷ്ടിച്ചതിൽ തകഴിയുടെ പങ്ക് വളരെ വലുതാണ്.

തകഴിയുമായുള്ള ബന്ധം നാൾക്കുനാൾ വളരാൻ തുടങ്ങി. ഒട്ടേറെ വേദികളിൽ, സദസ്സുകളിൽ, കുടുംബമേളകളിൽ, സാഹിത്യചർച്ചകളിൽ അദ്ദേഹവുമൊത്ത് കൂടിക്കഴിയാനുള്ള അനേകസന്ദർഭങ്ങൾ കൈവന്നിട്ടുണ്ട്. ഗുരുവായൂരിൽ വരുമ്പോഴൊക്കെ നിവൃത്തിയുണ്ടെങ്കിൽ തകഴി

ഈയുള്ളവന്റെ വീട്ടിൽ വരുമായിരുന്നു. വ്യക്തിപരമായ സ്നേഹബന്ധങ്ങൾ കാത്തുസൂക്ഷിക്കുന്നതിൽ മഹാനായ ഈ എഴുത്തുകാരൻ അങ്ങേയറ്റം സൂക്ഷ്മത പുലർത്തിയിട്ടുണ്ട്. നാലു വർഷം മുൻപ് പതിനഞ്ചു ദിവസം ആസ്പത്രിയിൽ എനിക്ക് കിടക്കേണ്ടിവന്നു. അന്നും ഗുരുവായൂരിൽ ഞാനില്ലെന്നറിഞ്ഞപ്പോൾ ശാരീരികമായ ക്ലേശങ്ങളെല്ലാം വിസ്മരിച്ചുകൊണ്ട് അദ്ദേഹം മൂത്ത മകൾ രാധയുടെ മകൻ ഡോക്ടർ ജയനോടൊപ്പം ആസ്പത്രിയിൽ വന്നെന്നെ ആശ്വസിപ്പിച്ച രംഗം ഓർമ്മയിലുണ്ട്. തകഴി വന്നതോടെ യൂണിറ്റി ആശുപത്രിയിലെ ആൾക്കാർ അദ്ദേഹത്തിനു ചുറ്റും തിങ്ങിക്കൂടി. അതോടെ തകഴി കാണാൻ വന്ന രോഗിയും അവിടെയുള്ളവരുടെ ശ്രദ്ധയിൽപ്പെട്ടു. അദ്ദേഹത്തിന് കേന്ദ്ര സാഹിത്യ അക്കാദമി അവാർഡ് കിട്ടിയപ്പോൾ സ്വീകരണം നൽകി. തുടർന്ന് ജ്ഞാനപീഠസമ്മാനം ലഭിച്ചപ്പോഴും ഗുരുവായൂരിൽവെച്ച് വമ്പിച്ചൊരു വരവേല്പ് നൽകാൻ സാധിച്ചതിൽ കൃതാർത്ഥതയുണ്ട്. രണ്ടിനും മുൻകൈയെടുത്ത് പ്രവർത്തിക്കാൻ സാധിച്ചു.

അവസാനമായി കണ്ടത് ഏപ്രിൽ 7ന് ബുധനാഴ്ചയായിരുന്നു. ഏപ്രിൽ 1-ാം തീയതിയിലെ തകഴിയുടെ രോഗനിലയെക്കുറിച്ചുള്ള പത്രവാർത്ത എന്നെ അസ്വസ്ഥനാക്കി. രോഗം മൂർച്ഛിച്ച് കിടപ്പിലാണെന്നും ഭക്ഷണം ട്യൂബ് വഴി മൂക്കിലൂടെയാണ് കൊടുക്കുന്നതെന്നുമായിരുന്നു വാർത്തയിൽ സൂചിപ്പിച്ചിരുന്നത്. ഏപ്രിൽ ഒന്നാംതീയതി മുതൽക്കുള്ള ആറു ദിവസങ്ങളിലെ രാത്രികൾ ഉറക്കമില്ലാത്തതായിരുന്നു. തകഴിയെ ഒന്നു പോയിക്കാണാൻ കഴിയാത്തതിലുള്ള മനോവിഷമം എന്നെ കൂടെക്കൂടെ അലട്ടിയിരുന്നു.

ഏപ്രിൽ 6-ാം തീയതി ഞാനൊരു ദുഃസ്വപ്നം കണ്ടു. അതിവിടെ വിവരിക്കുന്നില്ല. ഏഴാം തീയതി വെളുപ്പിന് ഞാൻ ഗുരുവായൂരിൽനിന്ന് എറണാകുളം വരെ ട്രെയിനിൽ യാത്രചെയ്തു.

എറണാകുളത്തുനിന്നും ആലപ്പുഴയ്ക്കു വണ്ടി രണ്ടു മണിക്കൂർ ലെയ്റ്റാണെന്നറിഞ്ഞു. ആലപ്പുഴയിൽ തീവണ്ടിയിറങ്ങി. ആലപ്പുഴയിൽ നിന്നും അമ്പലപ്പുഴ വഴി തകഴിയിലേക്കുള്ള ബസ് യാത്ര. ഉച്ചയ്ക്ക് ഒരു മണി കഴിഞ്ഞിട്ടാണ് തകഴിയുടെ ശങ്കരമംഗലത്തെ വീട്ടിലെത്തിയത്. തീർത്തും അവശനായിരുന്നു. സി.പി. രാജശേഖരനും എന്നോടൊത്തുണ്ടായിരുന്നു.

തകഴിയുടെ ഗൃഹത്തിൽ കാത്തച്ചേച്ചിയും മകൻ ഡോ. ബാലകൃഷ്ണനും മാത്രമാണുണ്ടായിരുന്നത്. തകഴി കിടക്കുന്ന കട്ടിലിനരികിൽ പോയി ഏറെ നേരം നിശ്ശബ്ദനായി നിന്നു. മൂക്കിനകത്തേക്ക് ട്യൂബ് തള്ളിക്കയറ്റി ഇട്ടിരുന്നു. ശ്വാസം വലിക്കുന്നുണ്ട്. കണ്ണടച്ചു കിടക്കുകയാണ്. ആ ദൃശ്യം ഏറെ നേരം നോക്കിനിൽക്കാനായില്ല. കാത്തച്ചേച്ചി ഞാൻ ചെന്നതറിഞ്ഞ് അടുക്കളയിൽനിന്നും ഓടിയെത്തി. ഭക്ഷണം

തൊണ്ടയിലൂടെ ഇറങ്ങാതായിട്ട് ദിവസങ്ങളായെന്നവർ ധരിപ്പിക്കുകയുണ്ടായി. വിഷമത്തോടെ കാത്തച്ചേച്ചി കാര്യങ്ങൾ വിശദീകരിച്ച് കണ്ണു തുടച്ചു. ഉറക്കമായിരിക്കും. ഇനിയെപ്പോഴാണ് ഉണരുക? ഞാൻ പരിഭ്രമം നിയന്ത്രിച്ചുകൊണ്ട് മകനോട് ചോദിച്ചു. "കുലുക്കിവിളിച്ചാൽ ഉണരും. വേണ്ടപ്പെട്ടവരെ കണ്ടാൽ തിരിച്ചറിയും. ഇപ്പോൾ രോഗത്തിന്നല്പം ശമനം ഉണ്ട്." ഡോക്ടറായ മകൻ സ്വയം സമാധാനിക്കാനെന്നവണ്ണം പറഞ്ഞു.

"വിളിച്ചുണർത്തേണ്ട, ഉറങ്ങട്ടെ. മയക്കം കഴിഞ്ഞ് കണ്ണുതുറന്നിട്ടേ ഞാൻ പോകുന്നുള്ളൂ."

കണ്ണ് തുറക്കുന്നതും നോക്കി ആകാംക്ഷാഭരിതനായ് തകഴി കിടക്കുന്ന കട്ടിലിന്റെ ഒരോരത്ത് ഇരുന്നു.

സർവതും മറന്നുകൊണ്ടുള്ള ആ കിടപ്പുകണ്ടപ്പോൾ എന്റെ നെഞ്ചിടിപ്പ് വർധിക്കാൻ തുടങ്ങി. "ഇനി ഒരിക്കലും അദ്ദേഹം കണ്ണുതുറന്ന് എന്നെ നോക്കുകയില്ലേ?" ഈ ചിന്ത എന്നെ വല്ലാതെ അലോസരപ്പെടുത്തി.

ഗുരുവായൂരപ്പന്റെ കളഭം വെള്ളത്തിൽ ചാലിച്ച് നെറ്റിയിൽ തൊടുവിച്ചു. കൊണ്ടുവന്ന തീർത്ഥം വായിലൊഴിച്ചു കൊടുക്കാൻ പറ്റിയില്ല. മൂക്കിനോട് ഘടിപ്പിച്ച ട്യൂബ് അഴിച്ചുമാറ്റിയാലേ വായിലൂടെ എന്തെങ്കിലും കൊടുക്കാൻ പറ്റൂ. തീർത്ഥം കാത്തച്ചേച്ചിയെ ഏല്പിച്ചു. "ട്യൂബ് മൂക്കിൽനിന്നും എടുക്കുമ്പോൾ വായിലൂടെ ഒഴിച്ചു കൊടുത്താൽ മതി!" ഞാൻ പറഞ്ഞൊപ്പിച്ചു.

അരമണിക്കൂർ കഴിഞ്ഞപ്പോൾ തകഴിയുടെ ശരീരം ഇളകുന്നത് ഞാൻ ശ്രദ്ധിച്ചു. ചരിഞ്ഞുകിടക്കാനുള്ള വ്യഗ്രതയിലാണ്. കൂടെക്കൂടെ കോട്ടുവായിട്ടുകൊണ്ടിരുന്നു. ഉറക്കം മതിയായില്ലെന്ന ഭാവേനയുള്ള കോട്ടുവായിടൽ. അപ്പോൾ രോഗത്തിന് ശമനം ഉണ്ടാകാൻ സാധ്യതയുണ്ടെന്ന നിഗമനത്തിൽ ഞാനും എത്തിച്ചേർന്നു. ബോധം നഷ്ടപ്പെട്ടിട്ടില്ല. ചലനമുണ്ട്. ഇനിയും ജീവിക്കാം. പ്രത്യാശയോടെ ഞാൻ ആശാന്റെ ചെകിട്ടിൽ കേൾക്കത്തക്കവണ്ണം ഉറക്കെ എന്റെ പേർ രണ്ടുമൂന്നുവട്ടം ആവർത്തിച്ചു. എന്റെ ശബ്ദം അദ്ദേഹം തിരിച്ചറിഞ്ഞിരിക്കണം. കണ്ണു തുറന്നു. തുറന്ന കണ്ണുകളോടെ എന്റെ മുഖത്തേക്കദ്ദേഹം ഉറ്റുനോക്കി. ആ കൺകോണിലൂടെ അല്പം നീർ പൊടിച്ചു. എന്റെ ശബ്ദവും എന്നെയും അദ്ദേഹം അവസാനനിമിഷത്തിൽ തിരിച്ചറിഞ്ഞുവെന്നു ബോധ്യമായപ്പോൾ ഞാനറിയാതെ വിതുമ്പിപ്പോയി. ഞാനാ ശരീരത്തിലാസകലം കൈകൊണ്ട് തടവി. നെഞ്ചത്തും നെറ്റിയിലും കവിൾത്തടത്തിലുമൊക്കെ ഞാനാ പാദങ്ങളെ തൊട്ട് വന്ദിച്ച് എല്ലാവരോടും യാത്ര പറഞ്ഞിറങ്ങി.

തകഴി എന്ന സാഹിത്യാചാര്യൻ കാലയവനികയ്ക്കുള്ളിൽ പോയി

മറഞ്ഞിരിക്കുന്നു. ഇനി ഒരിക്കലും സ്നേഹസമ്പന്നനും മാർഗദർശിയുമായ ആ മഹാമനുഷ്യൻ എന്റെ വീട്ടിൽ വരികയില്ല.

ജീവിതത്തിൽനിന്നും വേണ്ടപ്പെട്ട എന്തോ ഒന്ന് ചോർത്തിയെടുത്തതുപോലെ. നിർവചിക്കാൻ കഴിയാത്ത വ്യാകുലത. ഈ വ്യാകുലതയിൽനിന്നും കരകയറാൻ തെല്ല് സമയമെടുക്കും. തകഴി എന്ന ആ ത്ര്യക്ഷരി മലയാളഭാഷയെ ലോകസാഹിത്യവുമായി അടുപ്പിച്ച വലിയ ഒരു കണ്ണിയാണ്. സൗഹൃദത്തിന്റെ മായാത്ത എത്രയോ കയ്യൊപ്പുകൾ. ചെറിയ ചെറിയ ആവശ്യങ്ങൾ ഉന്നയിച്ചുകൊണ്ടുള്ള സ്വന്തം കൈപ്പടയിലെഴുതിയ തകഴിയുടെ - ആചാര്യന്റെ - കത്തുകൾ പവിത്രമായ നിധിയായി ഞാനിനി മുതൽ കാത്തുസൂക്ഷിക്കും. എപ്പോഴും സ്നേഹത്തിന്റെ ഭാഷകൊണ്ട് എന്നെ സ്വാധീനിച്ചിട്ടുള്ള സാഹിത്യ തറവാട്ടിലെ കാരണവർക്കെന്റെ അന്ത്യപ്രണാമം. ആശാനില്ലാത്ത സാഹിത്യക്കളരി അനാഥമാണെന്ന തോന്നൽ എന്നിൽ എന്തെന്നില്ലാത്ത ആത്മനൊമ്പരമുളവാക്കുന്നു. ഞാൻ ആ പാദങ്ങളിൽ ഒരിക്കൽകൂടി മനസ്സുകൊണ്ട് നമസ്കരിക്കട്ടെ!

ധീരോദാത്തനായ സാഹിത്യനായകൻ

മലയാള കഥാസാഹിത്യത്തിലെ അതികായന്മാരുടെ മുൻനിരയിൽ സ്ഥാനംപിടിച്ച പൊൻകുന്നം വർക്കിയുടെ തിരോധാനത്തോടെ കുലപതികളിൽ അവസാനത്തെ ആളും പോയ്ക്കഴിഞ്ഞിരിക്കുന്നു. വർക്കിസാറിനെപ്പോലെ ധീരനും സാഹസികനുമായ മറ്റൊരെഴുത്തുകാരനെക്കുറിച്ച് ചിന്തിക്കാനേ കഴിയുന്നില്ല. അവർ അഞ്ചുപേരായിരുന്നു. പഞ്ചാഗ്നിമധ്യത്തിൽ തപസ്സുചെയ്ത കഥയുടെ അഞ്ചു രാജശില്പികൾ. ബഷീർ, തകഴി, കേശവദേവ്, എസ്.കെ. പൊറ്റെക്കാട്ട്, പൊൻകുന്നം വർക്കി. തരംതിരിവ് അങ്ങനെയായിരുന്നു. അതിനവലംബിച്ച മാനദണ്ഡങ്ങൾ എന്തായിരുന്നുവെന്നറിഞ്ഞുകൂടാ.

വർക്കിസാറുമായി എനിക്ക് നേരിട്ട് നല്ല പരിചയമുണ്ട്. അദ്ദേഹം സാഹിത്യപ്രവർത്തക സഹകരണസംഘത്തിന്റെ പ്രസിഡണ്ടായിരിക്കുമ്പോൾ, ആ ബോർഡിൽ ഒരു ഡയറക്ടറായിരിക്കാനുള്ള സന്ദർഭം കൈവന്നു. വർക്കിസാറിന്റെ തുറന്നടിച്ചുകൊണ്ടുള്ള അഭിപ്രായങ്ങളെ അംഗീകരിക്കാതിരിക്കാൻ നിവൃത്തിയില്ലായിരുന്നു. എതിരാളി എത്രകണ്ട് കരുത്തനാകുന്നുവോ, അതിനേക്കാളിരട്ടി ശക്തിയോടെ പ്രതികരിക്കുക എന്നുള്ളതാണദ്ദേഹത്തിന്റെ ശൈലി. ഭൂരിപക്ഷ, ന്യൂനപക്ഷ അഭിപ്രായങ്ങളെ നോക്കിയിട്ടല്ല, ഓരോന്നിനേയും വിലയിരുത്താറ്. ഉദാഹരണങ്ങളിലേക്കു കടക്കുന്നില്ല. സന്ദർഭം വിവരിക്കുന്നുമില്ല.

തന്റെ മനഃസാക്ഷിക്കും ആശയഗതികൾക്കും നിരക്കാത്ത കാര്യങ്ങളെ നിഷേധിച്ച് അഗണ്യകോടിയിൽ തള്ളി മുന്നോട്ടുപോകുവാനുള്ള ത്വര അദ്ദേഹത്തിന്റെ പ്രവർത്തനങ്ങളിൽ മുന്നിട്ടു നിന്നു. 'പതറാതെ മുന്നോട്ടു പോവുക' എന്നുള്ളതായിരുന്നു വർക്കിസാറിന്റെ ജീവിത സന്ദേശം (ഈ ശീർഷകം പിന്നീട് പലരും കടമെടുത്തു.)

സാഹിത്യ അക്കാദമിയുടെ ഒരു പ്രതിനിധി സംഘത്തിൽ അദ്ദേഹത്തോടൊപ്പം യാത്ര ചെയ്യാൻ സാധിച്ചിട്ടുണ്ട്. സംഭവം നടന്നിട്ട് ഏറെ വർഷങ്ങളായി. എസ്.കെ. പൊറ്റെക്കാട്ടും പ്രൊഫ. എൻ.കെ. ശേഷനും

ഈയുള്ള ഞാനും അടങ്ങുന്ന പ്രതിനിധിസംഘം. വി.എ.. അസീസ്സായിരുന്നു, അന്നത്തെ സാഹിത്യ അക്കാദമി സെക്രട്ടറി. വർക്കിസാറായിരുന്നു അക്കാദമിയുടെ അധ്യക്ഷൻ. അന്നത്തെ ദക്ഷിണേന്ത്യൻ യാത്ര എല്ലാ നിലയിലും രസകരമായിരുന്നു. അവിസ്മരണീയവും. പോണ്ടിച്ചേരിയിലും മദിരാശിയിലും മൈസൂരിലും യാത്ര ചെയ്തപ്പോഴുണ്ടായ യാത്രാനുഭവങ്ങളിൽ പലതും ഇന്നും മനസ്സിൽ മങ്ങാതെ കിടക്കുന്നു. മദ്യപിക്കരുതെന്ന നിരോധനാജ്ഞ ലംഘിച്ച് മദ്യം കഴിക്കേണ്ടിവന്ന സന്ദർഭം ഓർമ്മയിൽ തെളിഞ്ഞുവരികയാണ്. വർക്കിസാർ എവിടെയും നിർഭയനായിരുന്നു.

എന്നെ വർക്കിസാറിന് എന്തുകൊണ്ടോ വലിയ കാര്യമായിരുന്നു. പുതൂര് എന്നുവെച്ചാൽ പുതിയ ഊരിന്റെ ഉടമസ്ഥനാണെന്നദ്ദേഹം മറ്റുള്ളവർക്ക് വ്യാഖ്യാനിച്ചുകൊടുത്തു. പുതിയ ഊരു മാത്രമല്ല, വീറുമുള്ള പുതുതലമുറയിലെ കരുത്ത് കാട്ടിയ വീരനാണീ ചെറുപ്പക്കാരനെന്ന് അന്യഭാഷക്കാരായ എഴുത്തുകാർക്ക് സ്വതസിദ്ധമായ ശൈലിയിൽ പരിചയപ്പെടുത്തിക്കൊടുക്കാനും മറന്നില്ല. കന്നഡ സാഹിത്യകാരന്മാരിൽ ലബ്ധപ്രതിഷ്ഠ നേടിയ മാസ്തി വെങ്കിടേശ്വരയ്യയേയും ശിവരാമകാരന്തിനെയും നേരിട്ട് പരിചയപ്പെട്ട സന്ദർഭവും മറക്കത്തക്കതല്ല.

നിരവധി സാഹിത്യ സമ്മേളനങ്ങളിൽ, വർക്കിസാറുമൊരുമിച്ച് പങ്കെടുക്കാൻ ഈയുള്ളവന് അവസരം ലഭിച്ചിട്ടുണ്ട്. സ്വകാര്യ ലോഡ്ജുകളിലും ഹോട്ടൽമുറികളിലും ഒരുമിച്ച് താമസിച്ചിട്ടുണ്ട്. താനൊരു വലിയ എഴുത്തുകാരനാണെന്ന ഭാവം ഒരിക്കലും ആ മഹാശയന്റെ ഭാഗത്തുനിന്നും ഉണ്ടായിട്ടില്ല. സമത്വഭാവേനയുള്ള പെരുമാറ്റമായിരുന്നു. അദ്ദേഹത്തിന്റെ കണ്ണിൽ എഴുത്തുകാരെല്ലാം സമന്മാരായിരുന്നു. പെരുമാറ്റത്തിലും സമീപനത്തിലും വലിപ്പച്ചെറുപ്പങ്ങൾ അശേഷം നിഴലിച്ചിരുന്നില്ല. ചങ്ങമ്പുഴയെക്കുറിച്ച് അദ്ദേഹത്തിന് വലിയ മതിപ്പായിരുന്നു. കളങ്കവും കാപട്യവുമില്ലാത്ത മനസ്സിനുടമയെന്നാണ് ചങ്ങമ്പുഴയെപ്പറ്റി പറയുമ്പോൾ വർക്കിസാർ പുറപ്പെടുവിച്ചിരുന്ന അഭിപ്രായം. നമ്മുടെ പല മഹാകവികളും പുറമെ കാണുന്നതുപോലെ അത്ര നല്ലവരല്ലെന്നും ഭൂരിഭാഗവും വേന്ദ്രന്മാരാണെന്നുമായിരുന്നു അദ്ദേഹത്തിന്റെ അഭിപ്രായം. ആ സംഭാഷണം എത്രനേരം കേട്ടുകൊണ്ടിരുന്നാലും നമുക്ക് മടുപ്പ് തോന്നുകയില്ല. അരോചകമായിരുന്നില്ല.

തൊണ്ണൂറ് വയസ്സ് പിന്നിട്ടിട്ടും വർക്കിസാർ അടിപതറിയിരുന്നില്ല. അഭിപ്രായം വെട്ടിത്തുറന്ന് പറയുന്നതിൽനിന്നും ഒരിക്കലും പിൻമാറാൻ തയ്യാറല്ലായിരുന്നു. അഭിപ്രായദാർഢ്യമാണ് അദ്ദേഹത്തിന്റെ മുഖമുദ്ര. മദ്യം കഴിക്കുന്നതിൽനിന്നും പിൻതിരിയാൻ പലരും ഉപദേശിച്ചിരുന്നുവെങ്കിലും അതിൽനിന്നും രക്ഷപ്പെടാൻ മരണംവരെ കഴിയുകയില്ലെന്ന പരാമർശം മറച്ചുപിടിച്ചിരുന്നില്ല. താനൊരൊന്നാംകിട മദ്യപാനിയാണെന്നദ്ദേഹം

പരസ്യമായി പ്രഖ്യാപിക്കാനും മടിച്ചില്ല. കപടസദാചാരങ്ങളിലദ്ദേഹം വിശ്വസിച്ചിരുന്നില്ല. വരാൻപോകുന്ന അപകടങ്ങളെപ്പറ്റി ഓർത്ത് വേവലാതിപ്പെട്ടിരുന്നില്ലെന്ന് മാത്രമല്ല എതിർപ്പുകളെ അഭിമുഖീകരിക്കാനും ഒരുക്കമായിരുന്നു. പ്രഥമ പത്മപ്രഭാ പുരസ്കാര നിർണയസമിതിയിലെ ജഡ്ജിങ് കമ്മിറ്റി അംഗമായിരുന്ന അദ്ദേഹം ഈയുള്ളവനെക്കുറിച്ചെഴുതിയ വചനങ്ങൾ ഞാനിവിടെ എടുത്ത് ഉദ്ധരിക്കുന്നു അഭിമാനപൂർവ്വം. മറ്റൊന്നുകൊണ്ടുമല്ല. ആ വചനങ്ങൾ ഇനി കേൾക്കാൻ പറ്റുകയില്ല. "ജീവിതത്തിന്റെ വൈവിധ്യമാർന്ന സങ്കീർത്തനങ്ങളിലെ ആർദ്രഭാവങ്ങളും രൗദ്രഭാവങ്ങളും സൗമ്യഭാവങ്ങളും വളച്ചുകെട്ടില്ലാതെ ആവിഷ്കരിച്ചിട്ടുള്ള നിരവധി കഥാപാത്രങ്ങളെക്കൊണ്ട് സമ്പുഷ്ടമാണ് പുതൂർകഥകളും നോവലുകളും. ആധുനികോത്തരന്മാർക്കിടയിൽ കോമാളിയായിട്ടല്ല, സംഘർഷനിർഭരമായ ജീവിതത്തിന്റെ നാനാത്വത്തിൽ മുങ്ങിക്കുളിച്ച വിശുദ്ധനായ കോമരമാണീ എഴുത്തുകാരൻ. തനിക്ക് സത്യമായി തോന്നുന്നതിനെ, ന്യായമെന്ന് തോന്നുന്നതിനെ, ധർമ്മമെന്ന് വിശ്വസിക്കുന്നതിനെ മുറുകെ പിടിക്കുന്നതിനുവേണ്ടി വലിയ വിലകൊടുത്ത ധാരാളം അനുഭവസമ്പത്തുള്ള പുതൂർ എന്നും എവിടെയും വിവാദച്ചുഴിയിൽ അകപ്പെട്ട സർഗാത്മക സാഹിത്യകാരനാണെന്ന സത്യം പലരും വേണ്ടത്ര രീതിയിൽ മനസ്സിലാക്കിയിട്ടില്ല ഇതുവരെ. പുതൂർകൃതികൾ മാനിക്കപ്പെടാൻ വളരെ വൈകിപ്പോയിരിക്കുന്നു. ദാരിദ്ര്യത്തിന്റെയും അവഗണനയുടെയും ശരശയ്യയിൽ വീണുപിടയുമ്പോഴും ആത്മാഭിമാനത്തിന്റെ ദീപശിഖ ഉയർത്തിപ്പിടിക്കാൻ ഈ എഴുത്തുകാരൻ ശ്രമിച്ചിട്ടുള്ളതിന് എത്രയോ തെളിവുകളുണ്ട്. അർഹതയുള്ളത് അതിജീവിക്കുമെന്നതിന്റെ തെളിവാണ് പുതൂർ." (1997 മെയ് 26 – മാതൃഭൂമി ദിനപത്രം)

ഇതിലും വലിയ ഒരു സർട്ടിഫിക്കറ്റ് ആരാണിനി നൽകാനുള്ളത്. വർക്കിസാറിന്റെ മൂർച്ചയേറിയ തൂലികയുടെ മികവ് ഞാനിപ്പോഴാണ് മനസ്സിലാക്കുന്നത്. അദ്ദേഹത്തിന്റെ കഥകൾ ഭാവഗീതങ്ങളോട് അടുത്തുനിൽക്കുന്നവ അല്ലായിരിക്കാം. എന്നാൽ തന്റെ കലാസൃഷ്ടികളിലൂടെ വലിയൊരു പരിവർത്തനത്തിന് തുടക്കംകുറിച്ചു ധീരോദാത്ത കഥാകാരന്മാരിൽ അഗ്രേസരനായി പൊൻകുന്നം വർക്കി തലയുയർത്തി നിൽക്കുന്നു. തൂലികയെ പടവാളാക്കി മാറ്റിയ കഥാലോകത്തെ അവസാനത്തെ കുലപതിയും അരങ്ങൊഴിഞ്ഞിരിക്കുന്നു. ധീരോദാത്തനായ സാഹിത്യനായകന് ആദരാഞ്ജലികൾ. നിഷേധിയുടെ കുഴിമാടത്തിനു മുമ്പിൽ ആദരവോടെ തലകുനിക്കുന്നു.

കാരൂരുമായുള്ള ബന്ധം

കാരൂർ അന്തരിച്ചു! എനിക്കതിപ്പോഴും വിശ്വസിക്കാൻ പ്രയാസമാണ്. കാരൂർ മരിക്കുകയില്ല. ആ അപ്പൂപ്പൻ സാഹിത്യകാരന്മാർക്കിടയിൽ, തലമുറകളിലൂടെ ജീവിച്ചുകൊണ്ടിരിക്കും. കുട്ടികളുടെ ചുണ്ടിൽ പാൽ പുഞ്ചിരിയൂറുന്നേടത്തോളം കാലം കാരൂർസാർ മരണമില്ലാത്ത മനുഷ്യനായി ചിരിച്ചുകൊണ്ടേയിരിക്കും.

ഞാൻ കാരൂർസാറിനെക്കാണുന്നത് വാത്സല്യനിധിയായ ഒരു പിതാവിനെപ്പോലെയാണ്. എനിക്കു കാരൂർസാർ എന്നും തണുപ്പുള്ള ഒരു നീർച്ചോലയാണ്. 1952-ൽ ഞാൻ കോട്ടയത്ത് എന്റെ തിരഞ്ഞെടുത്ത പന്ത്രണ്ടുകഥകളുമായി പോയ കഥ ഓർമ്മയിൽ വരുന്നു. 23 വർഷം കഴിഞ്ഞു. ഇരുപതു വയസ്സുകാരനായ കഥാകൃത്ത്. താനെഴുതി പ്രസിദ്ധീകരിച്ച കഥകളിൽനിന്നും തനിക്കിഷ്ടപ്പെട്ട ഏതാനും കഥകൾ പുസ്തകരൂപത്തിൽ പ്രസിദ്ധപ്പെടുത്തുന്നതിനായി അന്നത്തെ സാഹിത്യപ്രവർത്തക സഹകരണസംഘം സെക്രട്ടറിയെപ്പോയി സമീപിച്ച കഥ. എന്റെ കഥകൾ എണ്ണപ്പെട്ട കഥകളാണെന്നും അതിലും നല്ല കഥ എഴുതുന്നവർ ആ പ്രായത്തിൽ വേറെയില്ലെന്നും കരുതിയിരുന്ന കാലം. ബസ്സുകൂലിക്ക് സ്വന്തമായി കാശെടുക്കാൻ നിവൃത്തിയില്ലാത്ത പരിതസ്ഥിതി. പത്താംക്ലാസ് പാസ്സായി തൊഴിലില്ലാതെ തെണ്ടിനടക്കുന്ന സന്ദർഭം. ഉദ്യോഗത്തിലിരിക്കുന്ന സന്ധുബന്ധുക്കൾ കൈയൊഴിച്ച കാലം. എവിടെയും എനിക്ക് അവഗണനയായിരുന്നു. നമ്മുടെ കൊച്ചു നിരൂപകന്മാർ വാലിൽ ചെള്ളിനെപ്പോലെ കടിച്ചുതൂങ്ങിയിരുന്നു. കഥകൾ പ്രസിദ്ധീകരിച്ചുകിട്ടിയാൽ അതൊരംഗീകാരമാണ്. മാത്രമല്ല, ആ കഥകൾ പുസ്തകമാക്കിയാൽ അതിൽനിന്നു കിട്ടുന്ന പ്രതിഫലംകൊണ്ട് നല്ല രണ്ടു ജോടി മുണ്ടും ഷർട്ടും വാങ്ങണം. കൊള്ളാവുന്ന ഒരു പേന, ജാസ്തി കാശ് കിട്ടിയാൽ ഒരു ജോടി ചെരുപ്പ്. അമ്മയ്ക്ക് നാലു പാവുമുണ്ട്. പതിപ്പത്തിന്റെ പത്തുനോട്ടുകൾ മണിപ്പേഴ്സിൽ തിരുകിവെക്കുക. എന്തെല്ലാം മോഹങ്ങളോടെയാണ് ഞാൻ കോട്ടയത്ത് ആദ്യമായി പോയതെന്നോ! കാരൂരിനെ കാണുക. പത്തോ മുപ്പതോ ഉറുപ്പിക അഡ്വാൻസ്

വാങ്ങുക. ഒന്നുമില്ലെങ്കിൽ ആ തുകയുമായി തിരിച്ചു വീട്ടിൽച്ചെല്ലുക. എന്നിട്ട് ഒരുകെട്ടു ബീഡി വാങ്ങി വീട്ടിൽ എല്ലാവരും കാണെ തുടർച്ചയായി പുകവിട്ട് കാലിന്മേൽ കാലുംകയറ്റിവെച്ച് ഒരു മഹാസാഹിത്യകാരനായി അച്ഛന്റെ ചാരുകസാരയിൽ കയറി ഒരൊറ്റയിരുപ്പങ്ങനെ ഇരിക്കുക.

ഞാൻ കോട്ടയത്തെത്തി. സംഘം ആഫീസന്വേഷിച്ച് കോട്ടയം പട്ടണത്തിൽ നടന്നു. ഒടുവിൽ കണ്ടുപിടിച്ചു. കാരൂർസാറിനെ കണ്ടു. ഇരിക്കാൻ പറഞ്ഞു. വന്ന വിശേഷം സ്വകാര്യം പറയുന്ന മട്ടിൽ ചോദിച്ചറിഞ്ഞു. കഥകൾ കൊണ്ടുവന്നിട്ടുണ്ടോയെന്നു ചോദിച്ചു. ഞാൻ ആ കഥകൾ പൊതിഞ്ഞ കടലാസുകെട്ട് കാരൂർസാറിന്റെ മുന്നിലേക്കു നീട്ടി. രണ്ടു കൈയും നീട്ടി കാരൂർസാർ എന്റെ കഥകൾ ഏറ്റുവാങ്ങി. എന്നിട്ട് ആ കഥകളിലൂടെ ഏതാനും നിമിഷം ദൃഷ്ടി ഓടിച്ചു. ഏടുകൾ ഓരോന്നായി മറിച്ചുനോക്കി.

മൊത്തം എത്ര പേജ് വരുമെന്നെന്നോടു ചോദിച്ചു.

കഷ്ടി നൂറ്റിയമ്പതോളം പേജ് വരുമെന്നു പറഞ്ഞു.

“എന്നാൽ ഒന്നരരൂപ വിലവെക്കാം. നൂറ്റിയിരുപത്തഞ്ചിനു താഴെ വരുമെങ്കിൽ ഒന്നേകാൽ. വിതരണമായാൽ ഒന്നര ഉറുപ്പികയിടുന്നതിലും വിരോധമില്ല.” കാരൂർ സാർ പുസ്തകത്തിന്റെ ഏടുകൾ നോക്കി ഏതോ കണക്കുകൾ പറഞ്ഞു. അച്ചടിക്കൂലി, മഷി, ബയന്റിംഗ് എന്നിവയിലുണ്ടായ വർദ്ധനവിനെചൊല്ലി ഓർമ്മപ്പെടുത്തി. അതെല്ലാം വിശദീകരിച്ചിട്ട് വീണ്ടും ഒരു ചോദ്യം ചോദിച്ചു: “രൂപാ എന്തുണ്ട് കൈയിൽ?”

“കഷ്ടിച്ച് മൂന്നുരൂപയോളമുണ്ട്.”

“മൂന്നുരൂപ പ്രവേശനഫീസായി. ഇനി നൂറുരൂപകൂടെ വേണം. ഒരു ഫോറം തരാം. അത് പൂരിപ്പിച്ച് പണമൊത്താൽ വേഗത്തിലയച്ചുതരണം.” അദ്ദേഹം പതുക്കെ ചിരിച്ചു. പിന്നെയൊന്നുറക്കെ ചുമച്ചു. എനിക്കപ്പോൾ ശ്വാസംമുട്ടുകയായിരുന്നു.

“നൂറ്റിമൂന്നു രൂപയുണ്ടെങ്കിൽ സംഘത്തിലൊരംഗമാകാം. പിന്നെ കുറെ രൂപയുണ്ടാക്കി കൊണ്ടുവന്നാൽ പുസ്തകം അടിച്ചുതരാം. ഇനി ഇവിടെ പറ്റില്ലെങ്കിൽ വേറെ എവിടെയെങ്കിലും അച്ചടിച്ചുകൊണ്ടുവന്ന് വിതരണത്തിനേല്പിച്ചാലും മതി. അംഗമാകണം. ഒരെണ്ണം എന്നെങ്കിലും പ്രസിദ്ധീകരിക്കാൻ ഒത്തെന്നുവരും. അംഗമാകുന്നവർക്ക് പല ഗുണങ്ങളുമുണ്ട്. ഇത് സാഹിത്യകാരന്മാരുടെ സംഘടനയാണ്. കോ-ഓപ്പറേറ്റീവ് സൊസൈറ്റി ആക്ട് പ്രകാരം രജിസ്റ്റർ ചെയ്തത്.” കാരൂർ മന്ത്രിക്കുന്നതുപോലെ വിശദീകരിച്ചുകൊണ്ടിരുന്നു. എനിക്കു വേണ്ടത് ഇപ്പോൾ പണമാണ്. ഞാനെന്തുചെയ്യും? നാട്ടിലെത്തണം.

ഞാൻ നിരാശനായിത്തന്നെ തിരിച്ചുപോന്നു. പക്ഷേ, കഥകൾ ഞാൻ തിരികെയെടുത്തില്ല. ഞാനിറങ്ങാൻ നിന്നപ്പോൾ കാരൂർ ഒരു ചായ കഴിച്ചുപോകാമെന്ന് ക്ഷണിച്ചു.

"വേണ്ടാ, ഞാൻ പിന്നെ വന്ന് കുടിച്ചോളാം."

ഞാനിറങ്ങുന്നതിനു മുമ്പായി കാരൂർ വീണ്ടും ക്ഷണിച്ചു. "ഇനിയും കൂടെക്കൂടെ ഇവിടെ വരണം. എന്നാലേ ഈ രംഗത്തെ പിടിയും വലിയും മനസ്സിലാകൂ. പരിശ്രമിക്കണം. ഇടതടവില്ലാതെ പരിശ്രമിക്കണം. ചെറുപ്പമാണ്. നിരാശപ്പെടരുത്. നല്ല ഭാവിയുണ്ട്. അദ്ധ്വാനത്തിലാണ് വളർച്ച കിടക്കുന്നത്."

"ഞാൻ വന്നു കണ്ടുകൊള്ളാം." കാരൂരിനെ തൊഴുത് കണ്ണീരു കുടിച്ചിറക്കി ഞാൻ നഗരത്തിലേക്കു നടന്നു.

ആ രാത്രി കോട്ടയത്തെ തിരുനക്കരക്ഷേത്രത്തിന്റെ സിമന്റ് പൂശിയ ആൽത്തറയിൽ വിശപ്പോടെ കിടന്നുറങ്ങി. രാത്രി ആ ആലിന്റെ ചുവട്ടിലെ തണുപ്പുകാറ്റേറ്റുകൊണ്ട് ഞാൻ എന്നെപ്പറ്റിയോർത്ത് വളരെനേരം കണ്ണീരൊഴുക്കി. രാത്രി ഊണുകഴിച്ചാൽ എനിക്ക് പുലർച്ചെ നാട്ടിലെത്താൻ പറ്റുമായിരുന്നില്ല. ബസ്സുകൂലിതന്നെ തികയുകയില്ല. തൃശൂർ ഇറങ്ങി, ചൊവ്വല്ലൂർപടി റോഡിലൂടെ പതിനേഴു നാഴിക ദൂരമുള്ള ഗുരുവായൂർക്ക് വലിഞ്ഞുനടക്കാം. ചത്താലും ആരോടും നാലണ യാചിക്കുകയില്ല. ഞാൻ മരിക്കേണ്ടവനാണ്. എവിടെക്കിടന്നു മരിച്ചാലും ഈ ലോകത്തിന് യാതൊന്നും നഷ്ടം വരാൻ പോകുന്നില്ല. വർദ്ധിച്ചുവരുന്ന വിശപ്പിനെ കടിച്ചമർത്തിക്കൊണ്ട് ഞാൻ വൈരാഗ്യത്തോടെ പുലരുന്നതുവരെ ആ രാത്രി ആൽത്തറയിൽ കഴിച്ചുകൂട്ടി.

സർവ്വപ്രതീക്ഷകളും തകർന്ന് ഒഴിഞ്ഞ കൈയോടെ, ശൂന്യമായ വയറോടെ, തളർന്നു തലങ്ങാടി ഞാൻ വീട്ടിലെത്തിച്ചേർന്നു. എനിക്കുണ്ടായ വിഷമങ്ങൾ ഞാനാരോടും പറഞ്ഞില്ല. അടുക്കളയിൽ കയറി കുറെ കഞ്ഞിയെടുത്തു മോന്തി.

"പുസ്തകത്തിന്റെ കാര്യമെന്തായി?" അമ്മ എന്റെ നില കണ്ട് ഗദ്ഗദത്തോടെ ചോദിച്ചു.

ഞാൻ മറുപടി പറഞ്ഞില്ല. എന്റെ മനസ്സ് ഉരുവിട്ടുകൊണ്ടിരുന്നു. നൂറ്റിമൂന്നു രൂപ! നൂറുറുപ്പിക ഷെയർ. മൂന്നുറുപ്പിക പ്രവേശനഫീസ്. കോട്ടയത്തെ സാഹിത്യപ്രവർത്തക സഹകരണസംഘത്തിൽ അംഗമാകണം. അതിനെന്തു പോംവഴി? മൂന്നുറുപ്പിക സ്വന്തമായി എടുത്ത് വിലവീര്യം ചെയ്യാനില്ലാത്ത ഞാനെങ്ങനെ നൂറ്റിമൂന്നുരൂപയുണ്ടാക്കും?

ഒടുവിൽ പോംവഴി കണ്ടെത്തി. അമ്മയെ സമീപിക്കുക. വിടാതെ പിടികൂടുക. അമ്മയുടെ കൈയിൽ കിടക്കുന്ന സ്വർണവളകൾ ഊരിക്കൊണ്ടുപോയി പണയം വെയ്ക്കുക. അങ്ങനെ നൂറ്റിമൂന്നു രൂപ സംഘടിപ്പിക്കുക. കോട്ടയത്തുപോയി കാരൂർസാറിനെ കണ്ട് തുക ഏല്പിക്കുക. എന്നിട്ട് എന്റെ പുസ്തകം പ്രസിദ്ധപ്പെടുത്താൻ കാരൂരിനെ പ്രേരിപ്പിക്കുക. അടക്കിപ്പിടിച്ച, ശ്വാസംമുട്ടുന്ന രീതിയിൽ സംസാരിക്കുന്ന ആ

മന്ത്രോപദേശം സശ്രദ്ധം കേട്ടുകൊണ്ടിരിക്കുക. അതു പ്രാവർത്തിക മാക്കുക. ആരോ എന്റെ ഉള്ളിലിരുന്ന് ശക്തിയായി വിളിച്ചുകൂവി.

എന്റെ വളർച്ചയെ ഉറ്റുനോക്കിക്കൊണ്ടിരുന്ന എന്റെ അമ്മ ഒടുവിലെന്നെ പ്രസാദിച്ചു. വള ഊരി കൈയിൽ തന്നു. ഞാൻ കോട്ടപ്പടി ബാങ്കിൽ കൊണ്ടുപോയി അതു തൂക്കിവിറ്റു. നൂറ്റിയിരുപത്തിമൂന്നു രൂപ വില കിട്ടി. അങ്ങനെ ഞാനൊരു ദിവസം സാഹിത്യപ്രവർത്തക സഹ കരണസംഘത്തിലെ അംഗമായി. 1956-ൽ ആണെന്നാണ് എന്റെ ഓർമ്മ. 1957ൽ എന്റെ ഒരു പുസ്തകം കാരൂർസാർ വിതരണത്തിനെടുത്തു. 'വേദനകളും സ്വപ്നങ്ങളും' എന്നാണ് ആ പുസ്തകത്തിന്റെ പേര്. 1958-ൽ 'ഡൈലൻ തോമസ്സിന്റെ ഗാനം' സംഘം നേരിട്ടു പ്രസിദ്ധീകരിച്ചു. പിന്നീട് ഞാനെഴുതിയ കൃതികൾ ഭൂരിഭാഗവും പ്രസിദ്ധപ്പെടുത്തിയി ട്ടുള്ളത് എസ്.പി.സി.എസ്. ആണ്. ഞാനും കാരൂർ സാറും തമ്മിലുള്ള അടുപ്പം വർദ്ധിച്ചു. കഥകളിൽ മാത്രം ഒട്ടിനിൽക്കുന്ന എന്നോട് കാരൂർ സാർ നോവലെഴുതാൻ പ്രേരിപ്പിച്ചുകൊണ്ടിരുന്നു. എനിക്ക് കഴിയാത്ത ഒരു പ്രവൃത്തിയാണതെന്നായിരുന്നു അക്കാലത്തെ എന്റെ വിശ്വാസം. ചെറുകഥകളിൽ മാത്രം എന്റെ ശ്രദ്ധ കേന്ദ്രീകരിച്ചു. കാരൂരിന്റെ പ്രോത്സാ ഹനവും നിരന്തരമായ പ്രേരണയും എനിക്കു ലഭിക്കുവാൻ ഭാഗ്യമുണ്ടായി. അദ്ദേഹം എന്നെ ഒരു അനന്തരവനെപ്പോലെ കരുതി. "കഷ്ടപ്പെട്ട് സ്വന്ത മായി എന്തെങ്കിലും ഉണ്ടാക്കുമ്പോഴേ അതിന്റെ സ്വാദറിയൂ. മൂത്തുപഴു ത്തതിന് രുചി കൂടും. ഇളംതലയിൽ കാതലോടരുത്. കിട്ടുന്ന സന്ദർഭ ങ്ങൾ പാഴാക്കരുത്. സാഹിത്യലോകം കുട്ടികൾ തലപ്പന്തു കളിക്കുന്ന ഒരു മൈതാനിപോലെയാണ്. പരിശ്രമിക്കണം. നിരന്തരമായ അദ്ധ്വാനം കൊണ്ട് നെറ്റി വിയർക്കണം. എന്നാലേ ലക്ഷ്യത്തിലെത്താൻ പറ്റൂ." അദ്ദേഹം എന്നെ കാണുമ്പോൾ അടുത്തു വിളിച്ചിരുത്തി സ്വകാര്യം പറയുമായിരുന്നു. ആ ഉപദേശങ്ങൾ എനിക്കു വളരെയേറെ ഗുണം ചെയ്തിട്ടുണ്ട്.

കാരൂരിന്റെ സൗമ്യമെങ്കിലും നിർദ്ദയമായ അക്കാലത്തെ ഉപദേശം സ്വീകരിച്ചില്ലായിരുന്നുവെങ്കിൽ, ഞാനൊരിക്കലും എന്റെ അത്ര ചെറുപ്പ ത്തിൽ - എസ്.പി.സി.എസ്സിലെ അംഗമാകുമായിരുന്നില്ല. ഇന്നു ഞാൻ ഒരെഴുത്തുകാരനെന്ന നിലയിൽ നിവർന്നുനിൽക്കുന്നുണ്ടെങ്കിൽ അതിനു പ്രധാന കാരണം എസ്.പി.സി.എസ്. ആണെന്ന കാര്യത്തിൽ സംശയ ത്തിനിടമില്ല. ഏതു മഹാസാഹിത്യകാരനും അവനെഴുതുന്ന കൃതികൾ പ്രസിദ്ധപ്പെടുത്തുവാനാളില്ലെങ്കിൽ, ഉദ്ദേശിച്ച ഫലം നേടുവാൻ കഴിയു കയില്ലെന്നുള്ളത് നിർവിവാദമാണ്. പ്രത്യേകിച്ച് അവൻ ജീവിച്ചിരുന്ന കാലത്ത്.

മിതഭാഷിയും സൗമ്യനുമായ കാരൂർസാർ സത്യസന്ധനായിരുന്നു. കഴിവുള്ളവരെ കണ്ടെത്തുവാനും പ്രോത്സാഹിപ്പിക്കുവാനും അദ്ദേഹം ഒട്ടുംതന്നെ പിശുക്കുപിടിച്ചിരുന്നില്ല. കാരൂർ സംഘത്തെ വളർത്തുന്നതിലും

എഴുത്തുകാർക്ക് കൃത്യസമയത്ത് റോയൽറ്റി എത്തിച്ചുകൊടുക്കുന്ന കാര്യത്തിലും വളരെയേറെ ശ്രദ്ധാലുവായിരുന്നു. ഒരു ലോവർ പ്രൈമറി വാദ്ധ്യാരും അദ്ദേഹത്തിന്റെ വിശ്വസ്തരായ ഏതാനും സുഹൃത്തുക്കളും കൂടി ഇന്ത്യയിലെ എഴുത്തുകാർക്ക് ആകമാനം അഭിമാനത്തോടെ വിളിച്ചു പറയാവുന്ന ഒരു മഹാപ്രസ്ഥാനം വളർത്തിയെടുത്തു. എഴുത്തുകാരന്റെ യശഃസ്തംഭം എന്ന നിലയിൽ സംഘം വളർന്നു. സംഘത്തിന്റെ വില്പന വിഭാഗമായ 'എൻ.ബി.എസ്.' ശാഖോപശാഖകളായി കേരളത്തിന്റെ പല ദിക്കിലും പടർന്നുപിടിച്ചു. എഴുത്തുകാർ, ഹൃദയശൂന്യരായ പ്രസാധകന്മാരിൽനിന്നും വിമോചിതരായി. ആത്മാഭിമാനത്തോടെ കേരളത്തിലെ മിക്ക എഴുത്തുകാർക്കും തല നിവർത്തിപ്പിടിച്ചു നടക്കാമെന്ന പരിതഃസ്ഥിതിയുണ്ടാക്കി. ഈ പ്രക്രിയയിൽ കാരൂർസാർ വഹിച്ച പങ്കിനെ ആർക്കും അവഗണിക്കാൻ പറ്റുമെന്നു തോന്നുന്നില്ല. എക്കാലത്തും നമ്മുടെ സാഹിത്യകാരന്മാർ കൃതജ്ഞതയോടെ ഓർക്കപ്പെടേണ്ട ഒരു നാമധേയമാണ് കാരൂർസാറിന്റേത്. അദ്ദേഹത്തിന്റെ സ്മരണയ്ക്കു മുമ്പിൽ ഞാൻ നമ്രശിരസ്കനായി ആദരാഞ്ജലികൾ അർപ്പിക്കുന്നു.

എൻ.വിയെന്ന വ്യക്തിത്വം

നിരൂപകനോ, ഗവേഷകനോ, ചരിത്രകാരനോ, ഉപന്യാസകർത്താവോ, പത്രാധിപരോ കവിയോ? ഏത് നിലയിലാണ് എൻ.വിക്ക് കൂടുതൽ പ്രസക്തി? ബഹുമുഖപ്രതിഭയുടെ സർഗ്ഗശക്തി പലപ്പോഴും കുടത്തിൽ എരിയുന്ന തിരിപോലെ ആയിത്തീരാറുണ്ട്. എൻ.വി. ആ ഗണത്തിൽപെടുന്നില്ല. സമകാലീന സമൂഹവുമായി എപ്പോഴും പ്രതികരിച്ചുകൊണ്ടിരിക്കുന്ന എൻ.വിക്ക് ചലനാത്മകമായ പ്രതിസ്പന്ദനവൈഭവമുണ്ട്. ആ പ്രതിസ്പന്ദന വൈഭവമാണ് എൻ.വി.യുടെ വ്യക്തിത്വത്തിന്റെ കാതൽ. വളർന്നുവരുന്ന സാഹിത്യകാരന്മാരെ പ്രോത്സാഹിപ്പിക്കുന്നതിൽ എൻ.വി.യോളം ശുഷ്കാന്തി കാണിച്ച പത്രാധിപന്മാരെ നമുക്കധികം ചൂണ്ടിക്കാണിക്കാനില്ല. ഒരു നല്ല എഡിറ്റർക്കാവശ്യമായ ദീർഘവീക്ഷണ വൈഭവം നിലനിർത്തുന്നതിൽ എൻ.വി. അന്നും ഇന്നും ഒരുപോലെ തത്പരനാണ്. അഹന്തകൊണ്ട് നശിച്ചുപോകാവുന്ന എഴുത്തുകാരെ കിഴുക്കിയിരുത്തുന്ന കാര്യത്തിൽ എൻ.വി. ദുശ്ശാഠ്യമുള്ള അദ്ധ്യാപകനാണ്. ഈ ദുശ്ശാഠ്യക്കാരനായ അദ്ധ്യാപകന്റെ കിഴുക്ക് കിട്ടി വളർന്ന ശിഷ്യന്മാരെല്ലാം മലയാള സാഹിത്യത്തിൽ തനത് വ്യക്തിത്വത്തോടെ വളർന്നുവന്നിട്ടുള്ളവരാണെന്നും ഇത്തരുണത്തിൽ നാം ഓർക്കേണ്ടിയിരിക്കുന്നു.

അകാലദുർമരണത്തിനിടവന്ന രണ്ടു കഥാപ്രതിഭകളെ നേരത്തെ കണ്ടെത്തി അവരെ മലയാള കഥാസാഹിത്യത്തിലെ അപൂർവ്വമായ രണ്ടു രാഗങ്ങളാക്കി മാറ്റാനും സഹായിച്ചത് എൻ.വിയുടെ സൂക്ഷ്മദൃഷ്ടിയായിരുന്നു. എൻ.വിയാൽ പ്രോത്സാഹിപ്പിക്കപ്പെട്ട രാജലക്ഷ്മിയേയും നന്തനാരേയും ആർക്കാണ് അല്ലെങ്കിൽ മറക്കാൻ കഴിയുക? ആത്മഹത്യ ചെയ്ത ഈ രണ്ടു പ്രതിഭാശാലികളുമായി എനിക്ക് നേരത്തെതന്നെ വ്യക്തിപരമായ ബന്ധങ്ങളുണ്ടായിരുന്നു. അവരുടെ വാക്കുകളിലൂടെ തന്നെ അവർ എൻ.വിയെ അനുസ്മരിച്ചത് ഞാനോർത്തുപോകുന്നു. എന്തിന് അങ്ങോട്ടു പോകുന്നു? എം.ടിയും ടി. പത്മനാഭനും വി.കെ. എന്നും സുഗതകുമാരിയും വിഷ്ണു നാരായണനുമൊക്കെ എല്ലാ അർത്ഥത്തിലും എൻ.വിയുടെ അളവറ്റ പ്രോത്സാഹനവും പ്രശംസയും പിടിച്ചു

പറ്റിയവരാണല്ലോ. ആരാലും അറിയപ്പെടാതെ വിസ്മൃതിയുടെ അത്യഗാധതയിൽപ്പോകാവുന്ന ഒരു പറ്റം എഴുത്തുകാരുടെ ശക്തമായ മുന്നേറ്റത്തിന് ഇടവെച്ചത് എൻ.വിയുടെ മാതൃഭൂമി ആഴ്ചപ്പതിപ്പിന്റെ പത്രാധിപത്യമായിരുന്നു. എൻ.വിയുടെ ഒരു കത്തിനുവേണ്ടി ദാഹിച്ച നാളുകൾ ഇന്നും എന്റെ സ്മരണമണ്ഡലത്തിലുണ്ട്. രണ്ടേ രണ്ടു വരിയിൽ ഒതുങ്ങി നിൽക്കുന്ന ആ കത്തുകളിലെ സാന്നിധ്യം അന്നൊരാവേശമായിരുന്നു. ഇന്നും അത് നിലച്ചിട്ടില്ല.

എൻ.വിയുടെ സൃഷ്ടിയായ കേരള സാഹിത്യ സമിതിയുടെ ആദ്യകാല ക്യാമ്പിൽ (കുറ്റിപ്പുഴ ഡയറക്ടറായി കോഴിക്കോട് വെച്ച് നടന്ന കലാകാരന്മാരുടെ ക്യാമ്പ്) ഈയുള്ളവനും ഒരു പ്രാസംഗികനായിരുന്നു. വിഷയം: 'ഒരു കാഥികന്റെ ബാലപാഠങ്ങൾ.'

അത്തരമൊരു ലേഖനമെഴുതാൻ എന്നെ ആദ്യമായി പ്രേരിപ്പിച്ചത് എൻ.വിയായിരുന്നു. എൻ.വി.യോടൊപ്പം സാഹിത്യസമിതിയിലെ നിർവ്വാഹകസമിതി അംഗമായി പിന്നീട് ഞാൻ തിരഞ്ഞെടുക്കപ്പെട്ടു. ഞാൻ പല ഘട്ടങ്ങളിലും ആ സംഘടനയുമായി സഹകരിച്ചു. പിന്നീട് എൻ.വിയുടെ അഭാവത്തിൽ ആ സംഘടനയുടെ നേതൃത്വം വഹിച്ചവർ എന്നെ രാഷ്ട്രീയമായ പകയുടെ പേരിൽ തേജോവധം ചെയ്യാൻ തുടങ്ങി. ആ തേജോവധത്തിന്റെ പരിസമാപ്തി യശശ്ശരീരനായ ചെറുകാടിന്റെ ജന്മഗൃഹമായ പുലാമന്തോളിൽ വെച്ചുള്ള ഒരു സമ്മേളനമായിരുന്നു. അതോടെ ഞാൻ ആ സംഘടനയുടെ പ്രവർത്തനങ്ങളിൽനിന്നും ഒഴിഞ്ഞുനിന്നു. ഒരിക്കലും ഒരു സാഹിത്യകാരനെന്ന നിലയ്ക്കുള്ള എന്റെ മുന്നേറ്റത്തെ തടയുന്നതിന് എൻ.വി. കൂട്ടുനിന്നിട്ടില്ല. അതാണ് എനിക്കദ്ദേഹത്തോടുള്ള ആദരവിനിന്നും നിദാനമായി നിൽക്കുന്ന വസ്തുത.

കടിച്ചാൽ വിഷമിറക്കാൻ പറ്റാത്ത നിരൂപകമൂർഖന്മാർ ആഞ്ഞാഞ്ഞ് കൊത്തു...

ജാഗരൂകനായിരുന്നു. തടയേണ്ടവർ തടഞ്ഞുവെന്നു മാത്രമല്ല, ഒരു ഭാഗത്തകലെതന്നെ നിർത്തേണ്ടവരെ അകറ്റിനിർത്തുകയും ചെയ്തു.

പ്രിയപ്പെട്ട എൻ.വി. ഞാനൊന്നുകൊണ്ടും അങ്ങയോട് സമശീർഷനല്ല. എന്നാൽ താങ്കളെന്നോട് എന്നും ഒരു കൊച്ചനുജനോടെന്ന പോലെ മാത്രമേ പെരുമാറിയിട്ടുള്ളൂ. ക്ഷോഭംകൊണ്ട് പൊട്ടിത്തെറിച്ചിരുന്ന എന്നിലെ എന്നെ അങ്ങ് ഇഷ്ടപ്പെട്ടിരുന്നതുകൊണ്ടാണ് ഞാനീ കൊച്ചു കുറിപ്പ് വളരെ ധൃതിവെച്ചെഴുതുന്നത്. എഴുപത് വയസ്സായ താങ്കൾ ഇനിയും ഒരു പത്തു വർഷം കൂടി ഈ ഭൂമുഖത്ത് ജീവിച്ചിരുന്നാൽ മതിയെന്ന ആഗ്രഹം എനിക്കുണ്ട്. ഞാൻ ജ്യോത്സ്യനല്ല. എൻ.വിക്ക് ആയുരാരോഗ്യ സമ്പൽസമൃദ്ധികൾ നേരുന്നതോടെതന്നെ, നേരിനും നേറിവിനും വേണ്ടി ആ തൂലിക ഇനിയും വളരെയേറെ ശക്തിയുള്ളതായിത്തീരാൻ വേണ്ടി പ്രാർത്ഥിക്കുന്നു.

കരുത്തനായ കഥാകാരൻ

നവോത്ഥാന കഥാകാരന്മാരുടെ മുൻനിരയിൽ നിൽക്കുന്ന വെട്ടൂർ രാമൻനായർ കഥയുടെ മർമ്മം തൊട്ടറിഞ്ഞിട്ടുള്ള പ്രതിഭാശാലിയായ സാഹിത്യകാരനാണ്. സരളവും ഹൃദയസ്പർശിയുമായ ഒട്ടേറെ കഥകളെക്കൊണ്ട് അദ്ദേഹം സ്വന്തം സിംഹാസനം അരക്കിട്ടുറപ്പിച്ചു.

'ജീവിക്കാൻ മറന്നുപോയ സ്ത്രീ' എന്ന നോവൽ വെട്ടൂരിന്റെ സർഗ വൈഭവത്തിന്റെ നെറുകയിൽ ചേർത്തുവെച്ച പൊൻതൂവലാണ്. കവിതയിലൂടെ സാഹിത്യലോകത്ത് കടന്നുവന്ന വെട്ടൂരിന്റെ ഭാഷ കാവ്യാത്മകവും ഗൗരവപൂർണവുമായ വൈഭവത്താൽ സംപുഷ്ടവുമാണ്. ആത്മഗൗരവം നിറഞ്ഞ കവിതകളും കഥകളും ലേഖനങ്ങളും യാത്രാനുഭവങ്ങളും എഴുതി പ്രശസ്തിയാർജ്ജിച്ച വെട്ടൂർ കൈവെക്കാത്ത മേഖലകളില്ല. 'പാക്കനാർ' മാസികയുടെ പത്രാധിപരെന്ന നിലയിലും സഹൃദയ ബുക്സിന്റെ നടത്തിപ്പുകാരനെന്ന നിലയിലും അദ്ദേഹത്തിന്റെ വിലപ്പെട്ട സമയം ഒരുപാട് വിനിയോഗിക്കപ്പെട്ടിട്ടുണ്ട്. പത്രപ്രവർത്തനത്തിൽ എന്നും വെട്ടൂരിന് ഒരു പങ്കുണ്ടായിരുന്നു. മിത്രങ്ങളെ ശത്രുക്കളാക്കാൻ പോന്ന മൂർച്ചയുള്ള സംഭാഷണവും ഒന്നും മറച്ചുവെക്കാനിഷ്ടപ്പെടാത്ത പ്രകൃതവും വെട്ടൂരിനെ അടുത്തറിയാവുന്നവർക്ക് നല്ലവണ്ണമറിയാം. അതിന്റെ തിക്തഫലങ്ങൾ അദ്ദേഹത്തെ അംഗീകരിക്കാതിരിക്കാൻ കാരണമായിട്ടുണ്ടെന്നാണെന്റെ വിശ്വാസം. പലരും അവാർഡ് നൽകുന്ന ഘട്ടങ്ങളിലദ്ദേഹത്തെ ഒഴിച്ചുനിർത്തി. കേരള സാഹിത്യ അക്കാദമി 'പുഴ' എന്ന ശീർഷകത്തിലുള്ള കഥാസമാഹാരത്തിന് ഏറ്റവും മികച്ച കഥയ്ക്കുള്ള അവാർഡ് നൽകി ആദരിച്ച വിവരം വിസ്മരിച്ചുകൊണ്ടല്ല ഇതെഴുതുന്നത്. വെട്ടൂരിന്റെ കലാസൃഷ്ടികൾ വേണ്ടത്ര അംഗീകരിക്കാതെ പോയത് എന്തുകൊണ്ടാണ്?

വെട്ടൂരിന്റെ നാളിതുവരെയുള്ള സാഹിത്യകൃതികളുടെ അവലോകനം ഈ ലേഖനത്തിന്റെ ലക്ഷ്യമല്ല. എന്നാൽ വെട്ടൂരിനെപ്പോലെ ശക്തനും തന്റേടിയുമായ ഒരെഴുത്തുകാരന്റെ സാമീപ്യവും സംസാരരീതികളും എന്നെപ്പോലെയുള്ള ഒരാൾക്ക് പലപ്പോഴും ഉത്തേജകമായിരുന്നു. സ്നേഹിക്കാനും കലഹിക്കാനും സഹായിക്കാനും കഴിവുള്ള വെട്ടൂരിന്റെ തിരോധാനം മനസ്സിലേറെ നൊമ്പരമുണ്ടാക്കുന്നു.

1957-ൽ പുറത്തുവന്ന 'വേദനകളും സ്വപ്നങ്ങളും' എന്ന കഥാസമാഹാരം എൻ.ബി.എസ്സിലൂടെ (വിതരണം) പുറത്തുവന്നത് ഇപ്പോഴും എന്റെ ഓർമ്മയിൽ പച്ചപിടിച്ച് നിൽക്കുന്നു. അന്ന് സംഘം ഭരിച്ചിരുന്ന ത്രിമൂർത്തികളായിരുന്നു കാരൂരും ഡി.സിയും വെട്ടൂരും. കാരൂർ സെക്രട്ടറിയും ഡി.സി. പബ്ലിക്കേഷൻ മാനേജരും വെട്ടൂർ നാഷണൽ ബുക്സ്റ്റാളിന്റെ ജനറൽ മാനേജരുമായിരുന്നു.

കഴിഞ്ഞ നാലര പതിറ്റാണ്ട് കാലമായുള്ള വെട്ടൂരുമായുള്ള സൗഹൃദം സഹോദരനിർവിശേഷമായിരുന്നു. എന്നാൽ, ഞങ്ങൾ തമ്മിൽ പിണങ്ങിയിട്ടില്ല എന്ന് പറയുന്നത് അസത്യമായിരിക്കും. ഇണക്കവും പിണക്കവുമുണ്ടായിട്ടുണ്ടെങ്കിലും വെട്ടൂർ എന്നോട് എപ്പോഴും വിട്ടുവീഴ്ച ചെയ്തിരുന്നു.

സാഹിത്യലോകത്ത് അദ്ദേഹം എന്നെക്കാൾ എത്രയോ സീനിയറാണ്. അദ്ദേഹത്തിന്റെ പേര് എവിടെക്കണ്ടാലും എന്തെഴുതിയാലും ആവേശത്തോടെ വായിച്ചിരുന്ന ഒരു കാലമുണ്ടായിരുന്നു. കാല്പനികതയുടെ വസന്തകാലശോഭയണിയിച്ചിരുന്ന വെട്ടൂർ സുവർണയുഗ കഥാകാരനാണ്. ബഷീറും തകഴിയും ദേവും പൊറ്റെക്കാട്ടും പൊൻകുന്നം വർക്കിയും കഥാലോകത്ത് കൊടികുത്തി വാഴുമ്പോൾ, അവർക്ക് തൊട്ടടുത്ത് വന്നുയർന്ന് പൊങ്ങിയ കഥയുടെ പതാകവാഹകരായിരുന്നു കാരൂരും പി.സി. കുട്ടികൃഷ്ണനനും (ഉറൂബ്) അന്തർജ്ജനവും കോവൂരും നാഗവള്ളിയും പോഞ്ഞിക്കര റാഫിയും മറ്റും. ഇവരുടെ മുൻനിരയിൽ ത്തന്നെയായിരുന്നു വെട്ടൂരിന്റെ സ്ഥാനവും. അദ്ദേഹത്തിന്റെ കഥകൾ അരനൂറ്റാണ്ടുകൾക്കു മുൻപേതന്നെ അനുവാചകലോകത്തിന്റെ ശ്രദ്ധപിടിച്ചുപറ്റിയിരുന്നു. തിരഞ്ഞെടുത്ത കഥകളുടെ രണ്ടു ഭാഗങ്ങളും കഥാപ്രേമികളാൽ ആകർഷിക്കപ്പെട്ടു. 'ജീവിക്കാൻ മറന്നുപോയ സ്ത്രീ' എന്ന വെട്ടൂരിന്റെ നോവൽ ഏറെ ശ്രദ്ധിക്കപ്പെടാനിടയായി. 'പുരി മുതൽ നാസിക്ക് വരെ' എന്നുള്ള യാത്രാവിവരണവും സഞ്ചാരസാഹിത്യത്തിന് മുതൽക്കൂട്ടായി.

വെട്ടൂർക്കഥകൾ അനുഭവസമ്പന്നനായ ഒരെഴുത്തുകാരന്റെ വൈവിധ്യമാർന്ന ജീവിതാനുഭവങ്ങളുടെ കലവറയായിരുന്നു. കഥയെഴുതി ജീവിക്കാൻ കഴിയുമെന്ന വിശ്വാസക്കാരനായിരുന്നില്ല അദ്ദേഹം. അതുകൊണ്ട് ജീവിക്കാനായി ജീവിതത്തിന്റെ നാനാത്വങ്ങളിലേക്ക് ഇറങ്ങിച്ചെല്ലേണ്ടിവന്നു. നിരവധി പ്രസ്ഥാനങ്ങളുമായി ബന്ധപ്പെട്ടതായിരുന്നു വെട്ടൂരിന്റെ ഭൗതികജീവിതം. അദ്ദേഹം പ്രവർത്തിക്കാത്ത മേഖലകളില്ല. സ്വന്തം വ്യക്തിത്വത്തെ കരുപ്പിടിപ്പിക്കുന്നതിലദ്ദേഹത്തെ സഹായിച്ച ഘടകം സ്ഥിരോത്സാഹവും മുന്നേറാനുള്ള വാശിയുമായിരുന്നു. സാഹിത്യരചനയായിരുന്നു അദ്ദേഹത്തിന്റെ കർമ്മമണ്ഡലം. ഗ്രന്ഥശാലാ സംഘവുമായും സാഹിത്യപ്രവർത്തക സഹകരണസംഘവുമായും വെട്ടൂർ ദീർഘകാലബന്ധം പുലർത്തിയിരുന്നു. സാഹിത്യപ്രവർത്തക സഹകരണസംഘം, അതിന്റെ പതനത്തിലേക്കെത്തിയപ്പോൾ വെട്ടൂർ സ്വതന്ത്രമായി തുടങ്ങിയ പ്രസാധനസമിതിയാണ് സഹൃദയ ബുക്സ്.

സഹൃദയ ബുക്സിലൂടെ എന്റെ ഒരു കഥാസമാഹാരം പ്രസിദ്ധീകരിക്കാൻ വെട്ടൂർ സന്നദ്ധനായിരുന്നു. 2002 ഫിബ്രവരിയിൽ അദ്ദേഹം എന്റെ വീട്ടിൽ വന്നിരുന്നു. ഈ കാര്യത്തിൽ ഒരു കരാറിലൊപ്പിടാൻ. എന്നാലെന്റേയും അദ്ദേഹത്തിന്റെയും ആഗ്രഹം നടക്കാതെ പോയി. മനഃപൂർവമല്ല. വേണ്ടത് വേണ്ട സമയത്ത് ചെയ്യാനുള്ള ഉന്മേഷക്കുറവാണെന്നെ ആ സംരംഭത്തിൽനിന്നും പിൻതിരിപ്പിച്ചത്. പത്ത് നല്ല കഥകൾ തിരഞ്ഞെടുത്ത് പ്രസിദ്ധീകരിക്കുക. നടക്കാതെ പോയി!

പലതും എഴുതാനുണ്ട്. ഓർമ്മകൾ ചിതറിപ്പോകുന്നു. വെട്ടൂരിന്റെ നേതൃത്വത്തിലുള്ള പന്ത്രണ്ടുപേരുടെ പാനൽ. എട്ടുപേർ ജയിച്ചു. വെട്ടൂരടക്കം നാലുപേർ തോറ്റു. ഇത് അദ്ദേഹത്തെ വളരെയേറെ വേദനിപ്പിച്ച ഒരു സംഭവമാണ്. കൂടെ നിന്നവർ കാലുവാരിയെന്നദ്ദേഹം പരാതി ഉന്നയിച്ച് എനിക്കെഴുതി. ഞാനിക്കാര്യത്തിൽ നിരപരാധിയാണെന്ന് മറുപടിക്കത്തയച്ചു. സംഘവുമായുള്ള ദീർഘകാലബന്ധത്തിന് ഉലച്ചിൽ തട്ടാൻ ഈ സംഭവം കാരണമായിട്ടുണ്ടെന്ന് ഞാനിന്നും വിശ്വസിക്കുന്നു.

ഗുരുവായൂരിൽ വരുമ്പോഴൊക്കെ ഏത് ബദ്ധപ്പാടിലും വെട്ടൂരിനെ അദ്ദേഹം താമസിക്കുന്നിടത്ത് പോയി കാണുകയും സംഗതിവശാൽ കാണാനൊത്തില്ലെങ്കിൽ അദ്ദേഹം ജാനകീസദനത്തിലെത്തി ഏറെ സംസാരിച്ചിരിക്കുകയും ചെയ്ത പല രംഗങ്ങളും ഓർമ്മയിൽ തെളിഞ്ഞു വരുന്നു. സൗഹൃദത്തിന് വില കല്പിച്ചിരുന്ന വ്യക്തിയാണ്. അദ്ദേഹം കൂടെക്കൂടെ അയച്ചിരുന്ന സുദീർഘങ്ങളായ കത്തുകൾ സൗഹൃദത്തിന്റെയും വീണ്ടുവിചാരത്തിന്റേയും രേഖകളായിട്ടെന്റെ കൺമുന്നിൽ ചിതറിക്കിടക്കുന്നു. ആ കത്തുകളിൽ ഉന്നയിക്കപ്പെട്ട പ്രശ്നങ്ങൾ സാഹിത്യലോകത്ത് ഈ അടുത്ത കാലത്തായി നടമാടിക്കൊണ്ടിരിക്കുന്ന അരാജകത്വത്തിന്റെയും അനാഥത്വത്തിന്റെയും ചേരിപ്പോരുകളുടെയും ചരടുപിടിത്തങ്ങളുടെയും ലോകം അനാവരണം ചെയ്യുന്നു. എഴുത്തുകാരന്റെ സാമൂഹികപ്രസക്തിയും പ്രതിബദ്ധതയും പ്രതികരണശേഷിയും അനുനിമിഷം നഷ്ടപ്പെട്ടുകൊണ്ടിരിക്കുന്ന നമ്മുടെ ഈ അപചയ കാലഘട്ടത്തിൽ വെട്ടൂരിന്റെ തിരോധാനം തികഞ്ഞ നഷ്ടംതന്നെയാണെന്ന കാര്യത്തിൽ ഒട്ടും സംശയിക്കേണ്ടതില്ല.

സ്വന്തം സ്വത്വത്തിന്റെ ആത്മബലത്തിലൂന്നി ഇടത്തരക്കാരായ മനുഷ്യരുടെ ജീവിതവ്യഥകളെയും പ്രശ്നങ്ങളെയും സൂക്ഷ്മനിരീക്ഷണം ചെയ്ത് രൂപംകൊണ്ട വെട്ടൂർക്കഥകൾ മലയാള കഥാപ്രസ്ഥാനത്തെ വളർത്തിയെടുത്തതിൽ പ്രമുഖമായൊരു പങ്ക് വഹിച്ചിട്ടുണ്ടെന്നുള്ളത് നിസ്തർക്കമാണ്.

മീനച്ചിലാറിന്റെ പരിസരപ്രദേശങ്ങളിലെ വളക്കൂറുള്ള മണ്ണിൽനിന്നും ഊർജ്ജം വലിച്ചെടുത്ത് സ്വജീവിതത്തിന്റെ മൂശയിൽനിന്നും വാർന്നു വീണ അനുഭവസമ്പത്തിനെ കലാത്മകമായും സൗന്ദര്യബോധത്തോടെയും ചിത്രീകരിച്ച വെട്ടൂരിന്റെ കഥാപ്രപഞ്ചം എന്നും വേറിട്ടും ഒറ്റപ്പെട്ടും നിൽക്കുന്നു. കഥാകാരന്റെ കരുത്തിവിടെ പ്രത്യക്ഷവൽക്കരിക്കുന്നു.

നാലപ്പാടന്റെ പ്രതിഭ

നാലപ്പാടൻ മലയാളഭാഷയ്ക്ക് നൽകിയ സേവനത്തെ ഒരു കാലത്തും മറക്കാനാവില്ല. പ്രത്യേകിച്ച് വിക്ടർ ഹ്യൂഗോവിന്റെ പാവങ്ങൾ എന്ന വിശ്വോത്തര നോവലിന്റെ പരിഭാഷയാണ് ആധുനിക നോവലിന്റെ സങ്കേതത്തിനുള്ള തുടക്കം കുറിച്ചത്. ഈ തർജ്ജമയാണ് നാലപ്പാടനെപ്പറ്റി എനിക്കുണ്ടായ വലിയ ബഹുമാനത്തിന് കാരണം. വിക്ടർ ഹ്യൂഗോവിന്റെ Les miserable എന്ന വിശ്വോത്തര നോവൽ 'പാവങ്ങൾ' എന്ന പേരിൽ മലയാളത്തിലേക്ക് തർജ്ജമ ചെയ്യുകവഴി മലയാളസാഹിത്യത്തിന് മഹത്തായ ഒരു സേവനമാണ് നാലപ്പാടൻ ചെയ്തത്. അന്ന് അതിലെ ഗദ്യത്തെപ്പറ്റി വിവാദം ഉയർന്നിരുന്നു. ഭാഷയ്ക്കുള്ളിലെ ഭാഷയാണ് പാവങ്ങളിലെ ശൈലി. നാലപ്പാടൻ ഈ പുസ്തകം കേരളത്തിലെ പാവങ്ങൾക്കു വേണ്ടിയാണ് സമർപ്പിച്ചിട്ടുള്ളത്. സുമാർ രണ്ടായിരത്തോളം പേജ് വലുപ്പമുള്ള ഈ ബൃഹത്തായ നോവലിലെ പ്രചോദനമായിരിക്കണം വിലാസിനിയെ നാലായിരത്തോളം പേജുള്ള ഗ്രന്ഥമെഴുതാൻ പ്രേരിപ്പിച്ചത്. അരനൂറ്റാണ്ടു മുമ്പുതന്നെ ഈ മഹത്തായ പ്രക്രിയ നാലപ്പാടൻ മലയാളത്തിനുവേണ്ടി ചെയ്തു. ഈ കൃതി എന്റെ സാഹിത്യജീവിതയജ്ഞത്തിന് വലിയ ശക്തി പകർന്നുതന്നിട്ടുണ്ട്.

പക്ഷേ, നാലപ്പാടിനെ ലോകം അറിയുന്നത് പാവങ്ങളുടെ തർജ്ജമയിലൂടെയല്ല. അദ്ദേഹത്തിന്റെ കണ്ണുനീർത്തുള്ളി എന്ന വിലാപകാവ്യം അതിനുമുമ്പുണ്ടായിട്ടുള്ള എല്ലാ വിലാപകാവ്യങ്ങളിൽനിന്നും വ്യത്യസ്തമാണ്. അതിന്റെ രചനാരീതിയും ലോകജീവിതവീക്ഷണവും അനന്യസാധാരണമാണ്. സാർവ്വലൗകികമായ മനുഷ്യചേതനയെ ദുഃഖവുമായി ബന്ധിപ്പിക്കുന്ന ഈ ഒരൊറ്റ കൃതി മതി നാലപ്പാടിനെ അനശ്വരനാക്കാൻ. കൂടാതെ രതിസാമ്രാജ്യം എന്ന ലൈംഗിക മനശ്ശാസ്ത്രഗ്രന്ഥവും നാലപ്പാടന്റെ വിലപ്പെട്ട സംഭാവനയാണ്. ഫ്രോയ്ഡ്, യുങ് മുതലായ ശാസ്ത്രജ്ഞന്മാരുടെ കാഴ്ചപ്പാടിലൂടെ മനുഷ്യഹൃദയത്തിൽ അടിഞ്ഞുകൂടിയിട്ടുള്ള ലൈംഗികചേതനകളെ വിലയിരുത്തുന്നതിൽ മാന്യമായ ഉൾക്കാഴ്ച നാലപ്പാടിനുണ്ടായിരുന്നു എന്ന് ഈ മഹദ്ഗ്രന്ഥം തെളിയിക്കുന്നു.

ഒരു കൈയിൽ രതിസാമ്രാജ്യവും മറുകൈയിൽ ആർഷജ്ഞാനത്തിന്റെ വേദാന്തവിജ്ഞാനവും ഉയർത്തിപ്പിടിച്ചിട്ടുള്ള ഈ മഹാപ്രതിഭാശാലിയെ കേരളം വേണ്ടത്ര ആദരിക്കുന്നില്ല.

1952-ലാണ് എനിക്കദ്ദേഹത്തെ ആദ്യമായി കാണാൻ കഴിഞ്ഞത്. 32 വർഷം മുമ്പ് കഴിഞ്ഞ സംഭവം ഇന്നലെ കഴിഞ്ഞതുപോലെ തോന്നുന്നു. എന്റെ അച്ഛനു (കെ.സി. ശങ്കുണ്ണിനായർ - റിട്ടയേർഡ് വ്യവഹാര കാര്യസ്ഥൻ - ഗുരുവായൂർ ദേവസ്വം, കുറ്റിപ്പുറം കാട്ടിപ്പരുത്തി) മൊത്ത് പുന്നയൂർക്കുളത്ത് ജന്മഗൃഹമായ തറവാട്ടിൽവെച്ചാണ് ഞങ്ങൾ കണ്ടത്. എന്നിലെ സാഹിത്യവാസനയെപ്പറ്റി അന്ന് അച്ഛൻ അദ്ദേഹത്തോട് പറഞ്ഞു. പിന്നീട് നാലപ്പാട് തറവാട്ടിൽ പലതവണ പോകുവാനുള്ള ഭാഗ്യം എനിക്കുണ്ടായിട്ടുണ്ട്. നാലപ്പാടൻ എന്ന പന്തത്തിൽനിന്നു കൊളുത്തിയ കൈത്തിരികളാണ് ബാലാമണിയമ്മയും മാധവിക്കുട്ടിയും സുവർണനാലപ്പാടുമൊക്കെ.

പി. ഒഴിഞ്ഞുപോയ പൂക്കാലം

മഹാകവി പി. കുഞ്ഞിരാമൻനായരുടെ ജീവിതത്തിലെ ഒരു പ്രത്യേക വഴിത്തിരിവിൽ എഴുതിയ രണ്ടു കവിതകളുടെ പശ്ചാത്തലം വിവരിക്കുവാനാണുദ്ദേശിക്കുന്നത്. സങ്കീർണമായ ഒരു വ്യക്തിത്വത്തിനുടമയായിരുന്നു പി. എന്ന മനുഷ്യൻ.

ഓളമടങ്ങും കടലിൽ വീണ്ടു-
മോർമതന്നോണനിലാവു വീണു.

ഈ വരികൾ എടുക്കുന്നതു 'പിച്ചിച്ചീന്തിയ പുഷ്പചക്രം' എന്ന സുദീർഘമായ കവിതയിൽനിന്നാണ്. ഓണക്കാലത്ത് പി.യുടെ ഹൃദയം ഒരു പൂതുമ്പിയായി മധുതേടി പല ദിക്കിലും ഓടിനടക്കുമായിരുന്നു. ഓണമടങ്ങിയ കടലിൽ വീണ്ടും ഓർമ്മയുടെ ഓണനിലാവു വീഴ്ത്തിയ കഥാനായികയുടെ ജന്മദേശം ഏതാണ്ടെവിടെയാണെന്നു മഹാകവി തന്നെ തന്റെ വരികളിലൂടെ നമുക്കു വ്യക്തമാക്കിത്തരുന്നുണ്ട്.

കേവഞ്ചി നീന്തും പുഴയും തങ്ക-
ക്കോവിലുമാലും വഴിക്കടവും
ചന്ദ്രിക നെയ്ത മണലുമെങ്ങും
പന്തൽ നിരത്തിയ തെങ്ങിനവും
കുപ്പിവളയിട്ട തോപ്പുകളും
മത്തുപതയുന്ന മൺകുടവും
പുന്നെൽക്കതിരുകൾ കൊയ്തുപോകും
പൈങ്കിളി ചാർത്തിൻ കുടുംബങ്ങളും.

സാമാന്യമായി കുഞ്ഞിരാമൻനായർ തന്റെ കാമുകി നിവസിക്കുന്ന പശ്ചാത്തലത്തെക്കുറിച്ച് വളരെ ഭംഗിയായി വർണിച്ചുപോകുന്നുണ്ട്. എന്നാൽ ഈ വരികൾ ഏതു ഗ്രാമപ്രദേശത്തിനും ഏറെക്കുറെ യോജിച്ചുപോകുന്നതാണ്. തന്റെ കാമുകിയുടെ സങ്കേതത്തിന്റെ 'ഐഡന്റിറ്റി' കവിത വായിച്ചവർക്കു കൂടുതൽ മനസ്സിലാക്കാൻവേണ്ടി, വളരെ വ്യക്തമായ ഭാഷയിൽ തുറന്നെഴുതുന്നു. തുറന്നെഴുതേണ്ട ഘട്ടത്തിൽ ഒരുതരം

അവ്യക്തത സൃഷ്ടിക്കുവാൻ പി. ബോധപൂർവ്വം ശ്രമിക്കാറുണ്ട്. എന്തിനാണങ്ങനെ ചെയ്യുന്നതെന്നു ചോദിച്ച ഘട്ടങ്ങളിലൊക്കെ മനസ്സുണ്ടായിട്ട് എന്നദ്ദേഹം പറയുമായിരുന്നു. ഇത് കവിയുടെ ആത്മഭീരുത്വം കൊണ്ടുണ്ടായിത്തീരുന്ന അപകർഷതാബോധം കൊണ്ടുണ്ടായിത്തീരുന്നതാണെന്ന് ഞാൻ വാദിച്ചുറപ്പിക്കാൻ ശ്രമിക്കാറുണ്ട്. എന്നാൽ പി. കുഞ്ഞിരാമൻനായർ അത്തരം വാദഗതികളുടെ മുമ്പിൽ ഒരിക്കലും വഴങ്ങിക്കൊടുക്കുന്ന കവിയായിരുന്നില്ല. താനെല്ലാംതന്നെ തുറന്നെഴുതുന്നവനാണെന്ന് അവകാശപ്പെട്ടിട്ടുണ്ട്. ഈ അവകാശവാദത്തിന് അസ്തിത്വമുണ്ടെന്നു സ്ഥാപിക്കാൻ പറ്റിയ ഏറ്റവും സമുജ്ജ്വലമായൊരു കവിതയാണ് പി. കുഞ്ഞിരാമൻനായരുടെ 'പിച്ചിച്ചീന്തിയ പുഷ്പചക്രം.'

പുഷ്പചക്രം പിച്ചിച്ചീന്തുവാനിടയായ സാഹചര്യത്തെ കവി ഈ കവിതയിൽ വേണ്ടത്ര തെളിവോടെ ചിത്രീകരിച്ചു കാണിക്കുന്നുണ്ട്. അറുപത്തിയഞ്ചു കഴിഞ്ഞ ഒരു മഹാകവി അഗാധമായൊരു പ്രണയത്തിന്റെ താഴ്‌വരയിലേക്കു കെട്ടിമറിഞ്ഞുവീണു. ഒരിക്കലും പ്രതീക്ഷിക്കാത്ത ഒരാഘാതം അതു കവിയുടെ മനസ്സിൽ സൃഷ്ടിക്കുകയും ചെയ്തു. എന്തിനാണീ അറുപതു കഴിഞ്ഞ കവി ഈ ഗുലുമാലിൽ ചെന്നുപെട്ടത് എന്നു ചോദിച്ചാൽ അതിനുത്തരമില്ല. പ്രശസ്തിയുടെ അത്യുംഗശൃംഗത്തിലെത്തിനിൽക്കുമ്പോഴാണ് സംഭവം ഉണ്ടായത്.

കേന്ദ്രസാഹിത്യ അക്കാദമിയുടെ അവാർഡ് താമരത്തോണിക്കു ലഭിച്ചിട്ട് അധികം വർഷങ്ങളായിട്ടില്ല. കേരളത്തിലുടനീളം കുഞ്ഞിരാമൻനായർക്കു സ്വീകരണങ്ങൾ ലഭിച്ചിട്ടുള്ളതറിയാമല്ലോ. അങ്ങനെ പിച്ചിച്ചീന്തിയ പുഷ്പചക്രത്തിലെ നായികയുടെ വീട്ടിലും പി. കുഞ്ഞിരാമൻനായർക്കു പ്രവേശനം ലഭിച്ചു. പി. കുഞ്ഞിരാമൻനായരുടെ കവിതകളിൽ ആമഗ്നം മുങ്ങിയ കഥാനായിക കവിയെ വേണ്ടവിധംതന്നെ തന്റെ വീട്ടിൽ ഉപചരിച്ചിരുത്തി പൂജിച്ചു. കവി കൃതാർത്ഥാനുഗൃഹീതനാവുകയും ചെയ്തു. എന്നാൽ പി. കുഞ്ഞിരാമൻനായർ ആ ബന്ധം അവിടംകൊണ്ടവസാനിപ്പിക്കാൻ തുനിഞ്ഞില്ല. പ്രണയത്തിന്റെ പട്ടുനൂലുകൊണ്ടു ബന്ധിപ്പിക്കാൻ ശ്രമിച്ചു. അറുപത് അറുപത്തിയഞ്ചു വയസ്സു പ്രായമുള്ള ഒരാൾ തന്റെ മകളുടെ പ്രായമുള്ള ഒരു പെൺകുട്ടിയെ സ്നേഹിക്കുന്നതു പാപമാണോ? കുഞ്ഞിരാമൻനായർതന്നെ സംശയനിവൃത്തി വരുത്തുവാൻ ചോദിക്കുന്നു. ആരോട്, ഈയുള്ളവനോട്? എന്തു മറുപടി പറയും?

എനിക്കാലോചിക്കേണ്ടിവന്നു. മഹാകവി ഏതാനും മാസങ്ങളായി താമസിക്കുന്നതു ഗുരുവായൂർ കിഴക്കേനടയിലുണ്ടായിരുന്ന ചോങ്ങത്തു മാളിക എന്നു പേരുള്ള മോഹനാലയം കെട്ടിടത്തിലാണ്. രണ്ടു നിലകളുള്ള സാമാന്യം നല്ലൊരു മാളിക. അതിന്റെ ചുവട്ടിലെ നിലയിലാണു മഹാകവിയുടെ താമസം. കുളിമുറി, കക്കൂസ്, അടുക്കള, ഒരു മുറി. ഇത്രയും ഭാഗങ്ങൾ കുഞ്ഞിരാമൻനായർക്കു സൗജന്യമായി വിട്ടുകൊടുത്തിരുന്നു. ഇതിനെല്ലാം പുറമെ ചുവട്ടിൽ പൊതുവെ ഉപയോഗിക്കാവുന്ന

ഒരകത്തളംകൂടെയുണ്ട്. ഇവിടെയിരുന്നാണു മഹാകവി വരുന്നവരോടും പോകുന്നവരോടും സൗഹൃദസംഭാഷണങ്ങൾ നടത്താറുള്ളത്. ജീവിതത്തിലെ നാനാരംഗങ്ങളിൽപെട്ട മനുഷ്യർ അക്കാലത്തു ചോങ്ങത്തു മാളികയിലേക്കു വന്നെത്തുമായിരുന്നു. അവിടെയാണ് മഹാകവി പി. കുഞ്ഞിരാമൻനായരുടെ താൽക്കാലിക ആവാസകേന്ദ്രം. മുകളിലത്തെ നിലയിലെ ആദ്യമുറിയിലാണെന്റെ താവളം. കിടപ്പും എഴുത്തും ഭക്ഷണവും എല്ലാം മുറിയിൽവെച്ചുതന്നെ. എഴുതിത്തളരുമ്പോൾ പി. കുഞ്ഞിരാമൻനായരുടെ മുറിയിൽ പോയി ക്ഷീണം തീർക്കും. അവിടെ എനിക്കാവശ്യമുള്ള എല്ലാ വിഭവങ്ങളും എപ്പോഴും നിരത്തിവെച്ചിട്ടുണ്ടാവും. മദ്യമൊഴികെ കുഞ്ഞിരാമൻനായരുടെ ഷെൽഫിലുള്ളതെന്തും ഞാനെടുത്തു ഭുജിക്കുമായിരുന്നു. സാധാരണഗതിയിൽ, വേനൽക്കാലത്തു വിശേഷിച്ചും പി.യുടെ മുറിയിൽ നിരത്തിവെച്ച കുപ്പികളിൽ സംഭാരം നിറച്ചുവെച്ചിരിക്കും. ആ സംഭാരവെള്ളം എനിക്ക് അക്കാലത്ത് മൃതസഞ്ജീവനിയായിരുന്നു. ആ സംഭാരവെള്ളത്തിന്റെ സ്വാദൊന്നു വേറെ തന്നെയാണ്. നാരകത്തിന്റെ ഇല തിരുമ്മി പച്ചമുളകും ഉപ്പും പാകത്തിനു ചേർത്ത ശീതളപാനീയം. വരുന്നവർക്കും പോകുന്നവർക്കും അതു വേനൽക്കാലവേളകളിൽ കുഞ്ഞിരാമൻനായർ സുലഭമായി ദാനം ചെയ്യുമായിരുന്നു. ഞങ്ങളിൽ ചിലർ അതിനു കുഞ്ഞിരാമൻനായരുടെ തണ്ണീർപന്തലെന്നും പി.യുടെ ഊട്ടുപുര എന്നും പറഞ്ഞ് കളിയാക്കുമായിരുന്നു.

മഹാകവിയുടെ ഊട്ടുപുര! അവിടെ ദാരിദ്ര്യമില്ല. വാസ്തവത്തിൽ ഈ ഒരു നിലവന്നതു ദേശീയ ബഹുമതിക്കുശേഷം മാത്രമാണ്. അതിനു മുമ്പ് കേമദ്രുമക്കാരനായതുകൊണ്ട് കൈയിലൊരിക്കലും കാശിരിക്കാറില്ല. മാത്രമല്ല വേണ്ടരീതിയിൽ ഉപദേശിക്കുവാനോ, നിയന്ത്രിക്കുവാനോ, സ്നേഹിക്കുവാനോ മറ്റാരുംതന്നെയില്ലായിരുന്നു - പി. കുഞ്ഞിരാമൻനായരെന്ന വ്യക്തി കേവലമൊരൊറ്റയാൻ ആയിരുന്നു. കവികളിലെ ഗജരാജനായ കുഞ്ഞിരാമൻനായർ യാതൊരുവിധത്തിലുള്ള വിലങ്ങുകളെയും ഇഷ്ടപ്പെട്ടിരുന്നില്ല. കുത്തഴിഞ്ഞ ജീവിതമാണ് നയിക്കുന്നതെന്നു പുറമേക്കു തോന്നുമെങ്കിലും കവിതയെഴുത്ത് എന്ന പ്രക്രിയയിൽ സമാധി കൊള്ളുമ്പോൾ പി. ഏകാഗ്രചിത്തനും അച്ചടക്കബോധമുള്ളവനുമായി പരിവർത്തിക്കപ്പെടുന്നതു പല തവണ ഈയുള്ളവനു കാണുവാനുള്ള അവസരം ലഭിച്ചിട്ടുണ്ട്. അത്തരം സമാധിസ്ഥമായ നിമിഷങ്ങളിൽ കുഞ്ഞിരാമൻനായരുടെ മുറിയിലേക്കു കടന്നുചെല്ലുമ്പോൾ സൂക്ഷിക്കണം. പലപ്പോഴും വല്ലാതെ പ്രകോപിതനാകുന്ന നിമിഷങ്ങളാണിവ. പൊട്ടിത്തെറിക്കും. പൊട്ടിത്തെറിച്ചാൽ, കടന്നുചെന്നവന് ആട്ടു കിട്ടിയതുതന്നെ. പട്ടിയെ ആട്ടുന്നതുപോലെ ആട്ടിയിട്ടു. പിന്നീട് ആളു പോയ പിറകെ ഓടിച്ചെന്നു മാപ്പിരക്കുന്ന പ്രതിഭാസമാണ് പി. തനിക്കിഷ്ടമുള്ളതെന്നു ബോധ്യപ്പെട്ടതിനെ താലോലിക്കാൻ മറ്റുള്ളവരുടെ സർട്ടിഫിക്കറ്റു നോക്കിനിൽക്കുന്ന വ്യക്തിത്വമായിരുന്നില്ല, അദ്ദേഹത്തിന്റേത്.

തനിക്കു തോന്നുന്നത് ഉറക്കെ വിളിച്ചുപറയുക. അങ്ങേയറ്റത്തെ ആത്മാർത്ഥതയോടെ. ആരുടെയും അംഗീകരണത്തിനോ, ബഹുമതിക്കോ വേണ്ടി കാത്തുനിൽക്കാതെ കവിതയെ മാത്രം ഉപാസിച്ച പി. കുഞ്ഞിരാമൻനായർ പെണ്ണിന്റെ വലയിൽ കുടുങ്ങിപ്പോകുന്നതിൽ അദ്ഭുതപ്പെടേണ്ടതായിട്ട് യാതൊന്നുമില്ല. അതറുപത്തഞ്ചാമത്തെ വയസ്സിലും ഭവ്യതയോടെ വെച്ചുപുലർത്തി. ഏറെക്കുറെ മഹാകവിയുടെ ആ തീക്ഷ്ണപ്രേമത്തിന്റെ മൂകസാക്ഷിയായി എനിക്ക് ഇടനിലയിൽ നിൽക്കേണ്ടിവന്നു.

വ്യഭിചാരവും മദ്യപാനവുമൊഴികെ മറ്റുള്ളതെന്തും നടത്തുവാനുള്ള സ്വാതന്ത്ര്യം അങ്ങേക്കു ഞാൻ അനുവദിച്ചുതരുന്നു. ഈ കെട്ടിടം ഇപ്പോൾ എന്റെ കൈവശത്തിലാണ്. ഗുരുവായൂർ ദേവസ്വം ഓഫീസ് ഈ കെട്ടിടത്തിന്റെ നേരെ മുന്നിലാണ്. വടക്കുഭാഗം ഗുരുവായൂർ ക്ഷേത്ര നട. പടിഞ്ഞാറുഭാഗം ക്ഷേത്രഗോപുരത്തോടടുത്ത ബ്രാഹ്മണസമൂഹം. തെക്കുഭാഗത്ത് വട്ടക്കുളം. ഈ ഭൂപ്രകൃതി മഹാകവിയെ ആകർഷിച്ചതു കൊണ്ടായിരിക്കണം, ഇവിടെ കുറേനാൾ ചേക്കേറിയതെന്ന് അനുമാനിക്കേണ്ടിയിരിക്കുന്നു.

ഒരുനാൾ പുഷ്പചക്രത്തിലെ നായിക ഞങ്ങൾ ഇരുവരും താമസിക്കുന്ന മാളിക ഗേറ്റിൽ വന്നുനിന്നുകൊണ്ട് ചോദിച്ചു: “പുതൂർ ഉണ്ണികൃഷ്ണൻ എവിടെയാണ് താമസം?”

“എന്താണു വേണ്ടത്?”

“മഹാകവി പി. കുഞ്ഞിരാമൻനായരെയൊന്നു കാണണം.”

“ചോട്ടിലെ മുറിയിലാണദ്ദേഹം താമസം. ദാ, കോണി. വാതിൽ തുറന്ന് ഇടനാഴിയിലൂടെ പ്രവേശിച്ചാൽ ഒരു വലിയ സ്വീകരണമുറി കാണും. ആ മുറിയിൽ കാണും...”

ഗേറ്റു തുറന്നു മഹാകവിയുടെ മുറിയിലേക്കു പോകാനുള്ള വഴി കാട്ടിക്കൊടുത്തു. തെല്ലകലെ എല്ലാം വീക്ഷിച്ചുകൊണ്ട് മറ്റൊരു കൂട്ടുകാരിയും നിന്നിരുന്നു. അവളെയും കഥാനായിക വിളിച്ചു, ഞാൻ രണ്ടുപേരേയും മാറിമാറി ഉറ്റുനോക്കി. എന്റെ കണ്ണുകളും സത്യത്തിൽ വെറുതെയിരുന്നില്ല. ഇരുപത്, ഇരുപത്തിരണ്ടു വയസ്സുകാരികളാണ്. കോളേജുകുമാരികളിൽനിന്നു വ്യത്യസ്തമായ പെരുമാറ്റച്ചട്ടം സ്വീകരിച്ചവർ. ചടുലനേത്രകൾ. ആരോഗ്യവതികൾ. ഗ്രാമഐശ്വര്യങ്ങൾ. ഞാൻ രണ്ടു നിത്യകന്യകമാരെ എന്റെ താമസസ്ഥലത്തു വെച്ചു കണ്ടുമുട്ടി. അതിലൊരാൾ മഹാകവി പി. കുഞ്ഞിരാമൻനായരുടെ കാമുകിയായിരുന്നു. പേർ പറയാൻ ഞാൻ ഇഷ്ടപ്പെടുന്നില്ല. ആളെക്കണ്ടാൽ ഇപ്പോഴും എവിടെയാണെങ്കിലും തിരിച്ചറിയാൻ കഴിയും. അരുണയും വരുണയും ലളിതയും വസന്തയും. എന്തുപേരുമാകാം. പേരിന്നിവിടെ പ്രസക്തിയില്ല. സംഭവത്തിനാണു മുൻതൂക്കം.

പി. കുഞ്ഞിരാമൻനായരുടെ കാവ്യഗംഗയിൽ നീരാടി കളിക്കുന്ന അപ്സരകുമാരിമാർ. എം.എയ്ക്കു റിസേർച്ചു നടത്തുന്നവളാണ് കവിയെയും കവിതയെയും ഒരുമിച്ചു പിടികൂടിയിരിക്കുന്നത്. കവി, കാമിനിയുടെ മുമ്പിൽ സർവാകൃഷ്ടനായിരിക്കുന്നു! ഇനി എന്തുചെയ്യാൻ കഴിയും?

മാധുര്യം കിനിയുന്ന വർണ്ണനകൾ

കവിയുടെ ഹൃദയം അവൾ നിവസിക്കുന്ന പ്രദേശത്തിനടിയറവു പറഞ്ഞുപോയിരിക്കുന്നു. നോക്കൂ, ആ വർണ്ണനകൾ. എന്തുമാത്രം പ്രേമാത്മകത്വമുൾക്കൊള്ളുന്ന ഈരടികൾ. ആസ്വദിച്ചാൽ മാത്രമേ, അതിന്റെ മാധുര്യം നുണച്ചിറക്കാൻ പറ്റൂ.

മീനൂട്ടുപോറ്റും കടവും പച്ച
സ്സാരിയുടുത്ത വയലുകളും
മഞ്ചാടിക്കാടും പുഴമത്സ്യങ്ങൾ
പൊന്തുന്ന കുണ്ടനിടവഴിയും
പൂവിളി ചിന്നവേ, ഓണവില്ലിൻ
നാദം നിലയ്ക്കാത്ത നാടുകണ്ടു
തെങ്ങണിത്തോടിന്നഴകു ചാർത്തി
നീ പിറന്നുള്ളതാം നാടു കണ്ടു
കോവിലിൽ പൂവിടും വെൺമണലും
കായൽ കടക്കുന്ന നാടൻപാട്ടും
പൂങ്കനിപോലാം പഴഞ്ചൊല്ലിലെ
തേൻകണം ചിന്നും വയലുകളും
ചേർന്നൊളിമിന്നുന്ന പുള്ളുവത്തി
പെൺകൊടിയൊത്ത നിൻ നാടു കണ്ടു
താടി വളർത്തും വഴിയിൽ 'പ്പുത്തൻ
പീടിക' തേടുന്ന നാടു കണ്ടു.

തന്റെ ആത്മാവിൽ വ്യക്തിപരമായി അല്പനാളത്തേക്കു തംബുരു മീട്ടിപ്പാടിയ ആ പെൺകിടാവിനെ എങ്ങനെ മറക്കാൻ പറ്റും? നിങ്ങൾക്കവൾ പാർക്കുന്ന പ്രദേശത്തെപ്പറ്റി വല്ല പിടിയുംകിട്ടിയോ? അങ്ങു വടക്കും തെക്കും ഒരേപോലെ ധാരാളം വ്യക്തിബന്ധങ്ങൾ പുലർത്തിയ കുഞ്ഞിരാമൻനായർക്ക് ഈ യൗവനസുഭഗമായ പെൺകിടാവിനെ ഇഷ്ടപ്പെട്ടതിൽ ആശ്ചര്യപ്പെടുവാനായി യാതൊന്നുമില്ല. പ്രകൃതിയും ആ പ്രകൃതിയോടൊത്തു വിലസുന്ന ആത്മചേതനയുംകൂടി ഇവിടെ തന്മയീഭാവം കൊള്ളുകയാണ്.

'മീനൂട്ട്' എന്ന കർമ്മം നിർവഹിക്കപ്പെടുന്ന ഏക പുഴക്കടവ് ഇവിടെ 'തൃപ്രയാർ' പ്രദേശമാണെന്നു വളരെ വ്യക്തം. ആ നാടിന്റെ പ്രത്യേക

പ്രകൃതിവിഭവങ്ങളിലിഴുകിച്ചേർന്ന ചേതന തന്റെ ഓമലാളുടെ സവിധത്തിലെത്തിച്ചേരുന്നതിനിടയിലെ ചേതോവികാരങ്ങൾ പ്രകൃതിവർണനയിലൂടെ സാക്ഷാത്കരിക്കുന്നു. മാത്രമല്ല ആ സങ്കേതം ഏറെക്കുറെ ഇന്നയിടത്താണെന്നു വ്യക്തമായ സൂചന നൽകുന്നു.

താടിവളർത്തുന്ന വഴിയിലെ പുത്തൻപീടിക എന്ന സ്ഥലം അന്തിക്കാടിനും പെരിങ്ങോട്ടുകരയ്ക്കും ഇടയിലാണെന്നു ധരിച്ചാൽ മതി. 'പുത്തൻപീടിക' ഈ വഴിക്കുള്ള ഒരു പ്രധാന ബസ്സ്റ്റോപ്പാണ്. മഹാകവി പി. കുഞ്ഞിരാമൻനായർ സ്വകാര്യമായി തിരഞ്ഞെടുത്ത ഈ പ്രത്യേക വഴി എനിക്കു പണ്ടേ സുപരിചിതമാണ്. മുൻകൂട്ടി അനുവാദം വാങ്ങാതെ മഹാകവി തന്റെ അറുപത്തിയഞ്ചാമത്തെ വയസ്സിൽ പിടിച്ചാൽകിട്ടാത്ത ഒരു പ്രേമത്തിൽ ചെന്നുവീണു. വിഷയവാസന മൂർദ്ധന്യത്തിൽ ചെന്നു കലാശിച്ചതിന്റെ പരിണതികളല്ല ഇത്. ഒരു നിർണായക വസ്തുവിന്റെ നേർക്കു കവി വെച്ചുപുലർത്തുന്ന സൗന്ദര്യദർശനത്തോടുള്ള ആഭിമുഖ്യമാണിവിടെ മുന്നിട്ടുനിൽക്കുന്നത്. അത്തരം വസ്തുതകളെ അതിന്റെ പൂർണമായ അളവിൽ കണ്ടുമുട്ടിയാൽ മഹാകവി തന്റെ മേൽവിലാസം മറന്ന് അതിന്റെ പിറകെ പോകും എന്നുള്ളതിന് ഒട്ടേറെ തെളിവുകൾ എന്റെ സ്മൃതിപഥത്തിലുണ്ട്. അദ്ദേഹം ഈ ലോകത്തിലെ ഒന്നിനെയും ഭയപ്പെട്ടിരുന്നില്ല. നിർഭയനും സർവതന്ത്ര സ്വതന്ത്രനുമായിരുന്നു. ആകാവുന്നിടത്തോളം ആ കുടുംബവുമായി മഹാകവി അടുത്തുപോയി. കഥാനായികയുടെ കല്യാണാലോചന തിരുതകൃതിയായി നടന്നുകൊണ്ടിരിക്കവേ, കവിയോടു ചോദിക്കായ്കയില്ല. എന്തിനീ ദുഃഖത്തിന്റെ പടുവലയിൽ പോയി വീഴുന്നുവെന്ന്. അതിനുള്ള ഉത്തരം അത് എന്റെ സ്വന്തം ഇഷ്ടം മാത്രമാണ്. മറ്റുള്ളവർ ഇത്തരം കാര്യങ്ങളിൽ തലയിടരുത്. മഹാകവി ക്രുദ്ധനായി. ക്ഷോഭമടക്കാൻ കഴിവില്ലാത്തതുകൊണ്ട് ഏതാനും ദിവസം താമസസ്ഥലം വിട്ടുപോയി പാർപ്പുറപ്പിച്ചു.

കവി ഏതാണ്ട് ഗളഹസ്തം ചെയ്തപോലെ കഥാനായികയുടെ വീട്ടിൽനിന്ന് പുറത്താക്കപ്പെട്ടു. ഈയുള്ളവൻ നേരത്തെ പറഞ്ഞതുപോലെതന്നെ ഫലിച്ചു. കുഞ്ഞിരാമൻനായർ പിച്ചിച്ചീന്തിയ പുഷ്പചക്രത്തിൽ ആ ദാരുണാനുഭവം വിവരിച്ചിരിക്കുന്നതു നോക്കുക:

ആറ്റിലെ ആമ്പലിൽ ഇന്നു വീണ്ടും
ഓർമ്മ തന്നോണനിലാവു വീണു.
യൗവനം വറ്റിയ കാറ്റിൻ പ്രേമ-
ലേഖനം പൂവു തിരിച്ചയച്ചു.
പാടുന്ന മഞ്ഞക്കിളിച്ചിറകിൽ-
ക്കൂടി പുതിയൊരു കൂട്ടുകാരൻ
വൃദ്ധാർക്കരനെപ്പുറത്താക്കി സന്ധ്യ
നക്ഷത്രവീടിൻ പടിയടച്ചു.

തനിക്കു സഹിക്കേണ്ടിവന്ന ആത്മവേദനകൾക്കു കവിതയുടെ പൊൻചിറകു നൽകിക്കൊണ്ട് പി. കുഞ്ഞിരാമൻനായർ ഒരോണത്തുമ്പി യായി പാറിനടക്കുന്നു. ഓണം എവിടെയുണ്ടോ അവിടെ പ്രേമവും സ്നേഹവും ഒരുപോലെ, നിഴലും നിലാവുംപോലെ കെട്ടുപിണഞ്ഞു രുമ്മി കിടക്കുമെന്നും ദുഃഖസ്മൃതികളോടെ പ്രേമാനുഭൂതികളെ കാല വ്യത്യാസമില്ലാതെ ഉൾക്കൊള്ളുന്നവനാണ് യഥാർത്ഥ കവിയെന്നും കുഞ്ഞിരാമൻനായർ പലതവണ വ്യക്തമാക്കിതന്നിട്ടുണ്ട്. തന്റെ അന്ത്യ കാലപ്രേയസിക്ക് ഓണക്കാഴ്ചയായി കൊടുക്കാൻ വാങ്ങിയ കസവു മുണ്ട് സ്വന്തം മുറിയിൽ തീപ്പെട്ടിക്കൊള്ളിയുരച്ച് അഗ്നിക്കിരയാക്കി കര യുന്ന ഒരു മഹാകവിയെ ഇന്നുവരെ കേരളം കണ്ടിട്ടുണ്ടോ? കൈയിൽ കാശില്ലാതെ കടംവാങ്ങിച്ചു കൊണ്ടുപോയ ഓണപ്പുടവ. ഇരുന്നൂറോ മുന്നൂറോ ഉറുപ്പിക വിലപിടിച്ച കസവുമുണ്ട്. ഇത് എന്തിനിങ്ങനെ കത്തിച്ചു വെണ്ണീറാക്കി? ആർക്കെങ്കിലും കൊടുത്തിരുന്നുവെങ്കിൽ ആ പുണ്യമെങ്കിലും കിട്ടിയിരുന്നില്ലേ?

“തന്നോടു ഞാൻ നേരത്തേ പറഞ്ഞുകഴിഞ്ഞു. താനെന്റെ സ്വകാര്യ ജീവിതത്തിൽ തലയിടരുതെന്ന്?” അതൊരു താക്കീതാണെങ്കിൽപോലും മറുപടി പറയേണ്ടിവന്നു.

“നാടായ നാടൊക്കെ തെണ്ടിയിരന്ന് ഇരുനൂറു രൂപ ഉണ്ടാക്കി കൊണ്ടു വന്നവനാണ്. നിങ്ങളെന്റെ കാലുപിടിച്ചു കരഞ്ഞതുകൊണ്ടാണ് ഇല്ലാത്ത കാശിനുവേണ്ടി ഞാനിന്ന് ഈ നാടുമുഴുവനും തെണ്ടിയത്. ഇതാണ് നിങ്ങളുടെ പരിപാടിയെങ്കിൽ, ഞാനും നിങ്ങളും തമ്മിലുള്ള ബന്ധം ഇതോടെ അവസാനിക്കണം.”

ആത്മാവിന്റെ തേങ്ങലുകൾ

ഞാൻ പറഞ്ഞ വാക്കുകൾ വളരെ ക്രൂരമാണെന്നെനിക്കറിയാം. മഹാ കവി പി. കുഞ്ഞിരാമൻനായർ എന്നെ മുറിയിൽനിന്നു പുറത്താക്കി പൊട്ടി ക്കരഞ്ഞു വാതിലടച്ചു; അകത്തുനിന്നു സാക്ഷയിട്ടും കൊണ്ടുള്ള കിടപ്പ്: പശ്ചാത്താപകലുഷിതമായ ആത്മാവിന്റെ തേങ്ങലുകൾക്കൊത്ത ആ വരികൾ ചോങ്ങത്തു മാളികയിൽവെച്ചുതന്നെയാണ് ചോർന്നുവീണത്. മാതൃഭൂമിയുടെ ഓണം വിശേഷാൽ പ്രതിക്കുവേണ്ടി എഴുതിയ ഈ വരി കൾ പിറ്റേന്നു കരഞ്ഞുവീർത്ത മുഖത്തോടെ മഹാകവി എന്നെ വായിച്ചു കേൾപ്പിച്ചു. പിന്നെ എന്നെക്കൊണ്ടത് ഉറക്കെ ഈണത്തിൽ വായിപ്പിച്ചു. ആകാവുന്നിടത്തോളം ശോകരസം കലർത്തി ഗുരുവായൂർനട പെട്ടെന്ന് ഉണരുമാറ് ഞാനുറക്കെ നീട്ടിച്ചൊല്ലി.

ഒന്നുമറിയാതെ ഇന്നു വീണ്ടും
പൊൻചിങ്ങമാസം കതകിൽമുട്ടി
മുത്തൊളി ചിന്നുന്ന പുള്ളിമാനായ്-
ഉത്രാടരാവു മെയ് ചേർന്നുനിന്നു.

മാവേലിമന്നന്റെ പാദസ്പർശം
ഏറ്റ പുൽമാടം പുളകം ചൂടി
മങ്ങും നിലാവു മലയിൽ നിൽക്കേ
ചിങ്ങപ്പൂങ്കാറ്റു വയലിൽ നിൽക്കേ
എന്നേക്കുമായിപ്പിരിഞ്ഞുപോയി.
എങ്കിലുമെങ്കിലും ഹൃൽസ്പന്ദങ്ങൾ.

തന്റെ ആത്മാവിൽ സൗന്ദര്യപ്രകർഷം തൂകിയ ആ ഇടിമിന്നൽ എങ്ങോ പോയിമറഞ്ഞു. തന്നിൽനിന്നു വീണ്ടും ഒരിക്കൽകൂടി എന്നെന്നേക്കുമായി പോയിമറഞ്ഞ ആ ഓണനിലാവിനോട് കവി ഹൃദയഭേദകമായ നിലയിൽ യാത്ര പറഞ്ഞതിനുശേഷമുണ്ടായ സ്മരണകൾ കവി ഉള്ളിൽതട്ടുമാറുച്ചത്തിൽതന്നെ ഇവിടെ ഗദ്ഗദം വഴിയുന്ന സ്വരത്തിൽ കുറിച്ചുവെച്ചിരിക്കുന്നു.

ചീന്തിയെറിഞ്ഞതാം പുഷ്പകാലം
പാലകൾ പൂക്കുന്ന നീലവാനിൽ
....
പാതയിൽ കണ്ടാലുമിന്നു നമ്മൾ
നോക്കാതെ രണ്ടുവഴിക്കു തെറ്റി-
പ്പോകുന്ന പാതിരത്താരകളായ്
നീലക്കടക്കണ്ണുഴകൊഴുകി
ഈറനുടുത്ത രജനി വന്നു:
ഓളം തുളുമ്പും കടലിൽ വീണ്ടും
ഓർമ്മ തന്നോണനിലാവു വീണു.

മഹാകവി പി. കുഞ്ഞിരാമൻനായരുടെ പ്രേമാത്മക കവിതകളിൽ എന്തുകൊണ്ടും സർവഥാ മുന്നിട്ടുനിൽക്കുന്ന ഒരു സൃഷ്ടിയാണിത്. കവിയുടെ അറുപത്തിയെട്ടാമതു പിറന്നാളിനോടടുപ്പിച്ചു സൃഷ്ടിക്കപ്പെട്ട ഈ പ്രത്യേക വികാരപ്രപഞ്ചത്തോട് അനുബന്ധിക്കപ്പെട്ട മറ്റൊരു കവിത കൂടിയുണ്ട്. (വൈകിവന്ന വിരുന്നുകാരി) - രഥോത്സവം വാള്യം-1 പേജ്-480). ഈ കവിതയുടെ പശ്ചാത്തലവും അതിന് ഉപോൽഫലകമായ സാഹചര്യവും മറ്റൊരവസരത്തിൽ അവതരിപ്പിക്കാം.

'പിച്ചിച്ചീന്തിയ പുഷ്പചക്രം' എന്ന കവിതയ്ക്ക് ആമുഖമായി മഹാകവി കുറിച്ചിട്ട ഏതാനും ഗദ്യത്തിലെഴുതിയ കുറിപ്പുകൾ ഈ കവിത എഴുതാനുണ്ടായ സാഹചര്യത്തെക്കുറിച്ചുള്ള സാക്ഷ്യപത്രമായി തന്നെ നിലകൊള്ളുന്നു. കവിക്കു മറച്ചുവെക്കാൻ സാധിക്കാത്ത കാര്യങ്ങളാണിവിടെ വാക്കുകളിലൂടെ നൂറായിരം ശക്തികളോടെ നിലകൊള്ളുന്നത്.

"പൂവിട്ട മുറ്റത്തെ തേന്മാവിൽ നാം തെല്ലിട ചിറകുരുമ്മി പാടിയിരുന്നു. അനുഭൂതിയുടെ തേൻ നുകർന്നിരുന്നു. മലർമണവും തേൻ

കണവും പകർന്നുവെച്ച ആ പൂക്കാലം ഒഴിഞ്ഞു. സ്വപ്നസൗരഭം കൊഴിഞ്ഞു. എന്നന്നേക്കുമായി നാം പിണങ്ങിപ്പിരിഞ്ഞു. മധുരസ്മരണകളുടെ ആ മനോഹരചിത്രങ്ങൾ - പ്രണയത്തുടിപ്പുകൾ - അന്തിക്കതിരുകൾ മറയുന്ന സന്ധ്യയിൽ പിച്ചിച്ചീന്തി എന്റെ മുഖത്തു നീ വലിച്ചെറിഞ്ഞു. നീ പോയി, കലങ്ങിയ കണ്ണും തുടുത്ത കവിളുമായി. എന്നെന്നേക്കുമായി നീ പിണങ്ങിപ്പിരിഞ്ഞുപോയി. ചീന്തി വലിച്ചെറിഞ്ഞ ആ പൂക്കാലത്തിന്റെ വാടിയ പൂവിതളുകൾ ഞാനിന്നും ഉള്ളറയിൽ സൂക്ഷിക്കുന്നു. മേൽവിലാസം കിട്ടാത്ത ഏതോ പുതുപൂക്കളുടെ നാട്ടിൽ പുതിയ കൂട്ടുകാരനുമായി സൗന്ദര്യത്തിന്റെ മുന്തിരി മധു മോന്തി നീ പൊൻചിറകടിച്ചു പാടിപ്പറന്നു

ഷഷ്ട്യബ്ദപൂർത്തി ആഘോഷമെന്ന താലപ്പൊലിയിൽ പെൺകിടാങ്ങളോടൊത്ത് ആടിക്കുഴഞ്ഞു പാടിരസിച്ചു തിമർത്തു നടക്കുന്ന കാലം. പേരും പെരുമയും അതിന്റെ ഉച്ചകോടിയിലെത്തി നിൽക്കുന്നു. താമരത്തോണിക്കു ദേശീയബഹുമതി ലഭിച്ചു. അഖിലേന്ത്യാതലത്തിൽ മഹാകവി ആദരിക്കപ്പെട്ടു. ഈ കാലയളവിൽ മഹാകവി വീണ്ടുമൊരു പ്രണയപാശത്തിൽ ചെന്നു കുടുങ്ങി. ഒട്ടേറെ ഹൃദയവ്യഥകൾക്കും മാനഹാനിക്കും അപമാനഭാരത്തിനും പാത്രീഭവിച്ച ആ സംഭവവികാസത്തിന് ഈയുള്ളവനും ദൃക്സാക്ഷിയായിരുന്നു. അറുപതിലും എഴുപതിലും കവികൾക്കു പ്രേമം ഉണ്ടാകും എന്നെനിക്ക് ഉറപ്പിച്ചുപറയാൻ കഴിയും. പി.യെ സംബന്ധിച്ചു വിശേഷിച്ചും. വൈകാരികയുവത്വത്തിന്റെ സ്ഫോടനാത്മകമായ തീക്ഷ്ണതയും തീവ്രതയും കുഞ്ഞിരാമൻനായരുടെ അനിയന്ത്രിതമായ ലൈംഗികബന്ധങ്ങളിൽ അയവില്ലാതെ കിടന്നിരുന്നു. എഴുപതിലും അതുകൊണ്ടദ്ദേഹത്തിനു കാവ്യഗന്ധർവനായി ജീവിക്കാൻ സാധിച്ചു. ശക്തമായ വൈകാരിക ഊഷ്മളത പകർന്നുതരുന്ന അത്തരം കവിതകൾക്കിന്നും ജീവനുള്ളതായി നമുക്കനുഭവപ്പെടുന്നു. കവി മരിച്ചാലും കവിത അതുകൊണ്ടാണ് കാലത്തെ അതിജീവിച്ചു മുന്നോട്ടു പോകുമെന്നു പറയുന്നത്. പി. കുഞ്ഞിരാമൻനായരെന്ന മനുഷ്യനിലെ കവിതയും അതുകൊണ്ട് ഒരിക്കലും മരിക്കുന്നില്ല.

ഖലീൽ ജിബ്രാൻ:
തണലേകുന്ന പൂമരം

ഇരുപതാം നൂറ്റാണ്ട് കണ്ടെത്തിയ മഹാപ്രതിഭകളിൽ ഒരാളായിരുന്നു ഖലീൽ ജിബ്രാൻ. ദേവദാരുവൃക്ഷങ്ങളുടെയും സൈപ്രസ്സ് മരങ്ങളുടെയും മുന്തിരിത്തോട്ടങ്ങളുടെയും ഭുവനൈകസുന്ദരിമാരുടെയും നാടായ ലബനോണിന്റെ ഉപോൽപന്നമാണീ മഹാനായ കലാകാരൻ. കവി, കഥാകാരൻ, നോവലിസ്റ്റ്, ചിത്രകാരൻ എന്നീ നിലയിൽ ലോകത്തിന്റെ ശ്രദ്ധ പിടിച്ചുപറ്റിയ ഖലീൽ ജിബ്രാൻ ദാർശനിക കവിയെന്ന നിലയിലും അനുവാചക ലോകത്തിന്റെ ആത്മാവിൽ കുടിയിരുത്തപ്പെട്ട മനീഷിയായി ഇന്നും വിരാജിക്കുന്നു. ദാർശനികനായ ഈ എഴുത്തുകാരന്റെ രചനകളിൽ എല്ലാംതന്നെ ഒരു പ്രവാചകന്റെ മനസ്സുള്ളതായി സൂക്ഷ്മൈക ദൃഷ്ടികൾക്ക് കാണാൻ കഴിയും.

മതാന്ധതയുടെ സങ്കുചിതവലയത്തിൽനിന്നും മനുഷ്യമനസ്സുകളെ വിമലീകരിക്കുന്ന രാസപ്രക്രിയ ഖലീൽ ജിബ്രാന്റെ രചനകളിൽ അടിയൊഴുക്കായി വർത്തിക്കുന്നു. തന്മൂലം ഈ മഹാനായ എഴുത്തുകാരന്റെ സൃഷ്ടികൾ ആത്മാവിന് പുതിയ വെളിച്ചവും ധന്യതയും നൽകുന്നു. അറബി ഭാഷയിലും ഇംഗ്ലീഷ് ഭാഷയിലും ഒരുപോലെ കൃതഹസ്തത നേടിയ ജിബ്രാന്റെ രചനകൾ ഈ രണ്ടു ഭാഷക്കാരും ഒരുപോലെ സ്വാഗതം ചെയ്തു. അറബിഭാഷയുമായുള്ള നിരന്തര സമ്പർക്കം ജിബ്രാനെ പ്രവാചകനിലേക്കു കൂടുതൽ അടുപ്പിച്ചു. അറബി ഭാഷയിലെ ഉൽകൃഷ്ടഗ്രന്ഥങ്ങളിൽ പലതും ഇംഗ്ലീഷിലേക്ക് പരാവർത്തനം ചെയ്തു.

ന്യൂയോർക്കും പാരീസും നൽകി നിതാന്ത സമ്പർക്കം, നവീനാശയങ്ങൾക്ക്. ജിബ്രാന്റെ മനസ്സിൽ പുരോഗമനാശയങ്ങൾ വാരിവിതറി. ക്രൈസ്തവദർശനവും ഇസ്ലാമിക തത്ത്വവിചിന്തനവും ഭാരതീയദർശനവും ഈ എഴുത്തുകാരനെ സ്വാധീനിച്ചിരുന്നു. പ്രതിസന്ധികളിലകപ്പെട്ട് ഹൃദയം ഇഞ്ചിഞ്ചായി നീറിക്കൊണ്ടിരിക്കുന്ന ഹതഭാഗ്യരായ മനുഷ്യരോടുള്ള പ്രതിബദ്ധത ഈ മഹാനായ എഴുത്തുകാരൻ വിസ്മരിക്കുന്നില്ല.

മനസ്സിന്റെ ലോലതന്തുക്കളിൽ സംഗീതസാന്ദ്രമായ അനുഭൂതികൾ അകൃത്രിമമായി സന്നിവേശിപ്പിക്കുന്നതിലും ആത്മീയമായ ദാർശനിക ഭാവതീവ്രതയുള്ള വികാരങ്ങൾ സൃഷ്ടിക്കുന്നതിലും ജിബ്രാന്റെ കവിതകൾ ഉദാത്തതയുടെ മേഖലകളിലേക്ക് അനുവാചകനെ പിടിച്ചുയർത്തുന്നു. അതുകൊണ്ട് എഴുത്തുകാരന്റെ രചനകൾക്ക് കാലപ്പഴക്കം അനുഭവപ്പെടുന്നില്ല. നിത്യനൂതനമായി ആ കവിതകൾ ഓരോന്നും ആത്മാവിൽ അനുരണനം ചെയ്തുകൊണ്ടിരിക്കുകയാണ്. ജിബ്രാന്റെ പ്രവാചകൻ (The Prophet) എന്ന ഗദ്യകവിതാസമാഹാരം വായിച്ചന്നുമുതൽക്കേ ഈ എഴുത്തുകാരന്റെ ഇതര സൃഷ്ടികൾക്കായി അന്വേഷിച്ചുകൊണ്ടിരിക്കുകയായിരുന്നു.

ഗദ്യവും പദ്യവും ഒരുപോലെ കാവ്യാത്മകമാണ്. കാവ്യാത്മകത്വം തുളുമ്പുന്ന ആ ശൈലിയിൽ നാമറിയാതെ വ്യാമുഗ്ധരായിപ്പോകുന്നു. അറബിഭാഷയിലും ഇംഗ്ലീഷിലും ഒരുപോലെ എഴുതാനുള്ള കൃതഹസ്തത നേടി. ക്രൈസ്തവദർശനവും ഇസ്ലാമികദർശനവും ഭാരതീയ തത്ത്വജ്ഞാനവും ജിബ്രാനിൽ സമന്വയിച്ചിരുന്നു. നിരവധി ഉദാഹരണങ്ങൾ ചൂണ്ടിക്കാണിച്ച് തെളിയിക്കാൻ കഴിയും. അതിനിപ്പോൾ തുനിയുന്നില്ല.

മനുഷ്യരാശിയുടെ മേൽവിധിയുടെ അലംഘനീയമായ അശനിപാതങ്ങൾ ഓർക്കാപ്പുറത്ത് വന്നുവീഴുന്നത് കണ്ട് ജിബ്രാൻ എന്നും അസ്വസ്ഥനായിരുന്നു. മനുഷ്യന്റെ ജയാപജയങ്ങളിൽ വിധിക്കു വലിയൊരു പങ്കുണ്ടെന്നദ്ദേഹം ഉറച്ച് വിശ്വസിച്ചു.

“ദുഃഖമില്ലാതെയും സമാധാനമില്ലാതെയും ഞാൻ എങ്ങനെ പോകും?”

പ്രവാചകനിലൂടെ ജിബ്രാൻ ഉന്നയിക്കുന്ന ഒരു സങ്കീർണ്ണ സമസ്യയാണീ ചോദ്യം.

ഓരോ മനുഷ്യനും തന്നോടുതന്നെ ചോദിക്കേണ്ടി വരുന്ന അന്ത്യയാത്രാമൊഴി.

ആത്മാവിന്റെ ഒരു മുറിവും ഉണ്ടാകാത്തവന് ഈ ലോകം വിട്ടുപോകാനെളുപ്പമാണോ? ജീവിതത്തിലെ ഭൗതികകാമനകളോട് നിതാന്ത സമ്പർക്കം പുലർത്തുന്ന ഓരോ മനുഷ്യനും ആത്മാവിൽ നിരവധി മുറിവുകൾ ഏൽക്കാൻ വിധിക്കപ്പെട്ടവനാണ്. മുറിവുകൾ പറ്റാതെ ആർക്കും ഇവിടെനിന്ന് രക്ഷപ്പെടുവാൻ കഴിയുകയില്ല എന്ന നഗ്ന യാഥാർത്ഥ്യം ജിബ്രാൻ പ്രവാചകനിലൂടെ വെളിപ്പെടുത്തുന്നു. ഭൗതികശരീരത്തെ ഒരു മതിലായി അദ്ദേഹം ചിത്രീകരിക്കുന്നു. ആ മതിലിന്നകത്ത് വന്നുപെട്ട ജീവന്റെ പ്രശ്നങ്ങൾ ശോകാത്മകവും ശാന്തഗംഭീരവുമായ ഭാഷയിൽ വ്യവച്ഛേദിക്കുന്നു.

ഞാനിവിടെ ചെലവഴിച്ച ദിനങ്ങൾ ദീർഘങ്ങളായിരുന്നു. ഏകാകിതയുടെ ദിനങ്ങൾ. രാപ്പകലുകൾ അനന്തമായ വ്യാകുലതകൾ സൃഷ്ടിക്കുന്നു. സ്വന്തം വേദനകളിൽനിന്നും ഏകാന്തതയിൽനിന്നും ആർക്കാണ് ഉല്ലാസവാനായി ഇവിടെനിന്നും വേർപിരിയാൻ കഴിയുക?

നിങ്ങൾ അന്യോന്യം സ്നേഹിക്കുക. എന്നാൽ സ്നേഹപാശത്താൽ ബന്ധിതരാകരുത്."

ജിബ്രാന്റെ മൊഴിമുത്തുകൾ അസംഖ്യങ്ങളാണ്. ഓരോ വരിയും ആലോചനാമൃതമാണ്. വചനങ്ങളിലൂടെ, ആത്മാവിന്റെ തന്ത്രികളിൽ വീണമീട്ടുന്നതുപോലെ.

"അവരെപ്പോലെയാകാൻ നിങ്ങൾക്ക് പരമാവധി പരിശ്രമിക്കാം... എന്നാൽ അവരെ നിങ്ങളെപ്പോലെയാക്കാൻ ഉദ്യുക്തനാക്കരുത്."

ചിന്താരത്നങ്ങൾ നിരത്തിവെയ്ക്കുമ്പോഴും ജീവിതത്തോടുള്ള ഖലീൽ ജിബ്രാന്റെ സാഹിത്യലോകവുമായി സംവദിക്കാൻ കഴിയുന്നവർ ഭാഗ്യവാന്മാരാണ്. നരകീയ യാതനകൾ അനുഭവിക്കാൻ വിധിക്കപ്പെട്ട മനുഷ്യർക്ക് ഒരു ജീവൗഷധമായിന്നും ജിബ്രാന്റെ കലാസൃഷ്ടികൾ നിലകൊള്ളുന്നു.

നാല്പത്തിയെട്ട് വയസ്സുവരെ മാത്രമേ ഈ മഹാനായ എഴുത്തുകാരൻ ജീവിച്ചുള്ളൂവെങ്കിലും ലോകമെമ്പാടും അനശ്വരപ്രഭ പരത്തിയ മനീഷിയായിന്നും നിലകൊള്ളുന്നു.

ജിബ്രാന്റെ അറബിഭാഷയിലെഴുതിയ നിരവധി ഗ്രന്ഥങ്ങൾ ഇംഗ്ലീഷ് ഭാഷാവിവർത്തനത്തിലൂടെ ലോകശ്രദ്ധ പിടിച്ചുപറ്റിയിരിക്കുന്നു.

The Mad man (ഭ്രാന്തൻ), ജീസസ് ദി സൺ ഓഫ് മേൻ (മനുഷ്യപുത്രനായ യേശു), The Prophet (പ്രവാചകൻ) എന്നീ കൃതികൾ ഖലീൽ ജിബ്രാനെ അക്ഷരലോകത്തിലെ നക്ഷത്രമാക്കി മാറ്റിയിരിക്കയാണ്.

കവിതകളും ഗദ്യകവിതകളും ചെറുകഥകളും ഒട്ടനവധി ചിത്രങ്ങളും രചിച്ചിട്ടുള്ള ഖലീൽ ജിബ്രാന്റെ ലോകത്തിലേക്ക് ഊളിയിട്ടു ചെല്ലാൻ കഴിയുന്നത് ദുഃഖിതർക്കും പീഡിതർക്കും വലിയൊരാശ്വാസമായിരിക്കുമെന്ന കാര്യത്തിൽ ഒട്ടും സംശയിക്കേണ്ടതില്ല.

കിഴക്കിന്റെയും പടിഞ്ഞാറിന്റെയും തത്ത്വചിന്തകളെ സമന്വയിപ്പിക്കാൻ കഴിഞ്ഞ ദാർശനിക പ്രതിഭയായിരുന്നു.

ബെയ്റൂട്ടിലെ ബാല്യകാല സ്മരണകളിൽ മുഴുകിക്കഴിഞ്ഞ ജിബ്രാന് അമേരിക്കയിലെ ഉന്നത വിദ്യാഭ്യാസം നൽകിയ അനുഭവസമ്പത്ത് പിൽക്കാല രചനകളിൽ പുതിയ ഒരവബോധം തന്നെ സൃഷ്ടിച്ചിരിക്കണം. മദ്യവും മദിരയും പതഞ്ഞൊഴുകുന്ന മദാലസയായ പാരീസിൽ പ്രശസ്ത ചിത്രകാരനായ റോഡിന്റെ അന്തേവാസിയായി ചിത്രകല അഭ്യസിക്കുകയും ചെയ്ത കാലഘട്ടത്തിൽ കാമുകിമാരെക്കൊണ്ടുള്ള

ശല്യവും ദുഃഖവും ഏറ്റുവാങ്ങേണ്ടിവന്ന സത്യം ജിബ്രാൻ മറച്ചുവെക്കുന്നില്ല. ജീവിതത്തിലെ അവിസ്മരണീയ മുഹൂർത്തങ്ങൾ കാഴ്ചവെച്ച പാരീസ്! കവിതയുടെ ആന്തരികസത്തയിൽ പ്രേമത്തിന്റെ മധുരവും സൗമ്യവും ദീപ്തവുമായ മായാലോകങ്ങൾ സൃഷ്ടിക്കാനുള്ള കരവിരുതാർജ്ജിച്ച യൗവനത്തിന്റെ നാളുകൾ!

ക്ഷണികങ്ങളായ പ്രേമക്കുരുക്കുകളിലകപ്പെട്ടുപോയുണ്ടായ അശാന്തിയിൽനിന്നും മോചനം നേടി വീണ്ടും അമേരിക്കയിലേക്കു പോയി. ന്യൂയോർക്ക് നഗരത്തിൽ സ്ഥിരതാമസക്കാരനായി. കവിതയിൽ നിന്നും 'ഫിക്ഷനി'ലേക്കു കടന്നു. കവിതയും കഥയും വേർതിരിക്കുന്ന അതിർവരമ്പുകൾ തേഞ്ഞുമാഞ്ഞില്ലാതാകുന്ന ഉത്കൃഷ്ടരചനകൾക്ക് ജന്മം നൽകി. (അവയെക്കുറിച്ചേറെ പരാമർശിക്കാനുണ്ട്) മനസ്സുകൊണ്ടും വാക്കുകൊണ്ടും ശരീരംകൊണ്ടും സർവ്വേശ്വരനെ, പ്രവാചകനെ അഭയം പ്രാപിക്കൂ. ഈശ്വരവിശ്വാസംകൊണ്ട് സംസാരവിഭ്രാന്തിയെ തരണംചെയ്ത് ശാശ്വതവും അത്യപൂർവ്വവുമായ പരമശാന്തിയിൽ ലയിക്കൂ. ഗീതയുടെ സാരാംശം ഖലീൽ ജിബ്രാൻ ഉൾക്കൊണ്ടിരുന്നുവെന്നുവേണം അനുമാനിക്കാൻ.

ആദ്ധ്യാത്മികവും ദാർശനികവുമായ വിശ്വാസപ്രമാണങ്ങൾക്ക് പ്രവാചകനിലൂടെ ഉത്തരം കണ്ടെത്താനുള്ള ശ്രമത്തിനിടയിലാണദ്ദേഹത്തിന്റെ ദേഹവിയോഗം.

ന്യൂയോർക്ക് നഗരത്തിൽ വെച്ചാണ് മരിച്ചതെങ്കിലും ഭൗതികാവശിഷ്ടം അടക്കം ചെയ്തത് ജന്മദേശമായ ബെയ്റൂത്തിലാണ്. ബെയ്റൂത്തിലെ സ്മാരകമന്ദിരം കവിതയെ പ്രേമിക്കുന്നവർക്കിന്നൊരു ശാന്തിവനമാണ്.

ആദ്ധ്യാത്മികം

ശ്രീഗുരുവായൂരിലെ ഭക്തോത്തംസം

ഗുരുവായൂരിലെ വടക്കെ തീർത്ഥക്കുളത്തിന്റെ വടക്കുപടിഞ്ഞാറ് മൂലയിൽ മമ്മിയൂർ ക്ഷേത്രത്തിലേക്ക് പോകുന്ന വഴി ചൂണ്ടിക്കാണിച്ചുകൊണ്ടു നിൽക്കുന്ന 'നാരായണാലയം' ഒരു ആദ്ധ്യാത്മിക തീർത്ഥാടന കേന്ദ്രമായി മാറിയിരിക്കുകയാണ്. അവിടെയാണ് ബ്രഹ്മശ്രീ ആഞ്ഞം തിരുമേനിയുടെ വാസസ്ഥലം. ആ സങ്കേതത്തിൽ എത്തി തിരുമേനിയെ കണ്ട് അനുഗ്രഹം തേടുക എന്നത് ആത്മീയാനന്ദമായി കരുതുന്നവർ ധാരാളം.

വിപ്ലവകാരി

മൂന്നുപന്തീരാണ്ടുകാലം തുടർച്ചയായി ഗുരുവായൂരപ്പനെ ഭജിച്ച് നിത്യസാധകത്വം കൈവരിച്ച ഈ യതിവര്യൻ തന്റെ തരുണദശയിൽ സ്വസമുദായ പരിഷ്കരണത്തിനുവേണ്ടി വിപ്ലവാഗ്നിയുമായി പ്രയാണം ചെയ്ത ആളാണ്. (അരവിന്ദഘോഷിനെപ്പോലെ ബോംബുകേസ്സിൽ പ്രതിയായിട്ടില്ലെന്നു മാത്രം) പക്ഷേ, വിപ്ലവകാഹളത്തോടൊപ്പം ആത്മീയ അന്തർദാഹത്തിന്റെ ശംഖനാദം മുഴക്കുവാനും മൂന്നു പന്തീരാണ്ടുകൾക്കു മുമ്പു തന്നെ അദ്ദേഹം സന്നദ്ധനായി.

വി.ടി. ഭട്ടതിരിപ്പാടിന്റെ നേതൃത്വത്തിൽ ആരംഭിച്ച സാമൂഹിക പരിവർത്തന പ്രസ്ഥാനത്തോട് ബന്ധപ്പെട്ടാണ് ആഞ്ഞം പൊതുരംഗത്ത് പ്രവേശിക്കുന്നത്. മഹാത്മജി ആരംഭിച്ച സ്വാതന്ത്ര്യസമരയജ്ഞവുമായി സഹകരിക്കാനും അദ്ദേഹം തയ്യാറായി. സോഷ്യലിസത്തിന്റെ ചുവടുപിടിച്ച് മുന്നോട്ടു പോകാൻ ജയപ്രകാശ് നാരായണന്റെ 'വൈ സോഷ്യലിസം' എന്ന ഗ്രന്ഥവും സഹായകമായി. അത് വാസ്തവത്തിൽ ഒരു ജൈത്രയാത്രയായിരുന്നു. വിപ്ലവപടഹധ്വനി ഉയർത്തിക്കൊണ്ടുള്ള ജൈത്രയാത്ര! കല്ലും മുള്ളും നിറഞ്ഞ വഴികളിലൂടെയുള്ള ആ യാത്രയെക്കുറിച്ച് 'നാഴികക്കല്ലുകൾ' എന്ന ലേഖനത്തിൽ അദ്ദേഹംതന്നെ വ്യക്തമാക്കിയിട്ടുണ്ട്.

ഉദരരോഗം

1936ൽ വള്ളുവനാട് താലൂക്കിൽനിന്ന് ആരംഭിച്ച 'യാചനായാത്ര'യിൽ പങ്കെടുത്ത് തളർന്ന അദ്ദേഹം ഉദരരോഗവുമായിട്ടാണ് ഗുരുവായൂരിൽ എത്തുന്നത്. അന്ന് അദ്ദേഹം തികച്ചും ഒരു ആസ്തികനായിരുന്നില്ല. വിശ്വാസത്തിന്റെ പാതയിലേക്ക് വരാൻ മടിച്ചുനിന്നിരുന്ന കാലം. പാറ നമ്പൂതിരിയുടെ നിർദ്ദേശാനുസാരമാണ് ഗുരുവായൂരിലെത്തിയതെങ്കിലും അന്നത്തെ ക്ഷേത്രത്തിലെ മേൽശാന്തി തന്റെ അമ്മാമനായിരുന്നു വെന്നതും ഗുരുവായൂരിൽ വരാൻ അദ്ദേഹത്തിന് പ്രേരകമായി. മേൽ ശാന്തിയായ അമ്മാമന് വിപ്ലവകാരിയായ മരുമകന്റെ ക്ഷേത്രദർശനം എന്തെന്നില്ലാത്ത സന്തോഷമുളവാക്കി. തന്റെ മരുമകൻ എത്തേണ്ടിടത്ത് എത്തിക്കഴിഞ്ഞുവെന്നതിൽ അമ്മാമൻ ചാരിതാർത്ഥനായി. ഒരാഴ്ച ഭജിച്ചുകൂടാൻ അമ്മാമൻ ഉപദേശിച്ചു. വയറുവേദനയ്ക്ക് ശമനം വരാനായി ജപിച്ച വെണ്ണയും നൽകി. എന്തു കഴിച്ചാലും ദഹനമില്ലായ്മ എന്ന അവസ്ഥയിലേക്ക് നീങ്ങിയ ആഞ്ഞത്തിനെ നാല്പത്തൊന്നു ദിവസത്തെ നിഷ്ഠയോടുകൂടിയുള്ള ഭജനം രോഗവിമുക്തനാക്കി. എന്നുവെച്ചാൽ, വയറുവേദന മാറിയെങ്കിലും മറ്റെന്തൊക്കെയോ ചില വേദനകൾ ആഞ്ഞത്തിന്റെ മനസ്സിനെ അലട്ടാൻ തുടങ്ങി. സർവ്വാംഗം രോഗത്തിനടിമപ്പെട്ട ശരീരത്തെയും മനസ്സിനെയും നിർമ്മുക്തമാക്കാനുള്ള ആലോചനയിൽ അദ്ദേഹത്തിന്റെ മനസ്സ് മുഴുകാൻ തുടങ്ങി.

ഒരാഴ്ചത്തെ ഭജനത്തിനു വന്ന ആൾക്ക് നാല്പത്തിയൊന്നു ദിവസത്തെ ഭജനം കഴിഞ്ഞിട്ടും ഗുരുവായൂർ വിട്ടുപോകാൻ തോന്നിയില്ല. വിപ്ലവാഗ്നി കെട്ടടങ്ങുകയും ഭക്തി അദ്ദേഹത്തിൽ പടർന്നുകയറുകയും ചെയ്തു. ഗുരുവായൂരപ്പനല്ലാതെ ആരും തനിക്കാശ്രയമില്ലെന്ന മനോഭാവത്തിൽനിന്ന് ഉരുത്തിരിഞ്ഞ ഭക്തി അദ്ദേഹത്തിൽ പല മാറ്റങ്ങളും വരുത്തി.

സാധന

സാധകന്റെ ബാലപാഠങ്ങൾ പലതും ആഞ്ഞം മാധവൻ നമ്പൂതിരി നിഷ്ഠയോടെ ആചരിക്കാൻ തുടങ്ങി. ആരൊക്കെതന്നെ തന്റെ വ്യക്തിത്വത്തെ എതിർത്താലും നിന്ദിച്ചാലും അക്ഷോഭ്യനായി ഉറക്കെ നാരായണനാമം അസംഖ്യം തവണ ജപിച്ചു തീർക്കുക എന്ന യജ്ഞത്തിൽ അദ്ദേഹം മുഴുകാൻ തുടങ്ങി. അദ്ദേഹത്തെ ഇതിനു പ്രേരിപ്പിച്ചത് ആദ്യകാലഗുരുവെന്നു വിശേഷിപ്പിക്കപ്പെടാവുന്ന യശഃശരീരനായ മേക്കാട് നീലകണ്ഠഗുരുവിന്റെ ധർമ്മോപദേശമായിരുന്നു. സാധനാനുഷ്ഠാനങ്ങളിലൂടെ മുന്നോട്ടുപോകാൻ പ്രേരിപ്പിച്ചതും ഇദ്ദേഹത്തിന്റെ പ്രേരണതന്നെ.

സാധനാപാഠങ്ങളിലൂടെ മുന്നോട്ടുപോകാൻ തുടങ്ങിയ ഘട്ടത്തിലാണ് സംസ്കൃതം വേണ്ടത്ര പഠിക്കാൻ കഴിയാതെ വന്നതിലുള്ള വിഷമം

ആഞ്ഞത്തെ അലട്ടാൻ തുടങ്ങിയത്. ഉത്കൃഷ്ടങ്ങളായ സംസ്കൃതഗ്രന്ഥങ്ങൾ പാരായണം ചെയ്തു പഠിക്കാനും അതിലെ സന്ദേശങ്ങൾ ഉൾക്കൊള്ളാനും അദ്ദേഹം ആഗ്രഹിച്ചു. സംസ്കൃതഭാഗവതപാരായണമാണ് അതിന് അദ്ദേഹം തിരഞ്ഞെടുത്ത ആദ്യത്തെ മാർഗ്ഗം. ഭാഷയിൽ വ്യുല്പത്തി നേടിയതോടെ സപ്താഹപാരായണം നടത്തൻ തുടങ്ങി. അതോടൊപ്പം നാമജപയജ്ഞവും. ഏഴു ദിവസത്തെ അക്ഷരശുദ്ധിയോടുകൂടിയുള്ള വായനയും അതിന്റെ വ്യാഖ്യാനവും - പലവുരു ഈ പ്രക്രിയ ആവർത്തിച്ചതോടെ ഭക്തി ഒന്നുകൊണ്ടുമാത്രം വലിയ പണ്ഡിതനാകാമെന്ന് ആഞ്ഞത്തിനു തെളിയിക്കാൻ കഴിഞ്ഞു. ആഞ്ഞത്തിന്റെ സപ്താഹവായനയിൽ തുളുമ്പിനിൽക്കുന്നതു പാണ്ഡിത്യമല്ല; നിർമ്മലമായ ഭക്തിയാണ്. വാഗ്ദേവതാനുഗ്രഹം നേടിയവർക്കേ ഇത്ര അനായാസമായി അനർഗളമായി ഹൃദയസ്പർശിയായി ഭാഗവതകഥകൾ പറയാൻ കഴിയൂ. തൊണ്ടയിടറിക്കൊണ്ടു കൃഷ്ണലീലകൾ വർണിച്ച് ആനന്ദക്കണ്ണീരൊഴുക്കിക്കൊണ്ടിരിക്കുന്ന ആഞ്ഞത്തിന്റെ ദർശനംതന്നെ ആത്മാനുഭൂതികരമാണ്.

ധർമം പ്രധാനം

ആഞ്ഞം പിന്നിട്ട പാതകളിലേക്കു തിരിഞ്ഞുനോക്കാൻ ഞാൻ പ്രാപ്തനല്ല. ആത്മീയ ഔന്നത്യം നേടിയ ഒരു വ്യക്തിയുമായി ബന്ധപ്പെടുവാൻ ഇടവന്നു എന്നുള്ളതു മാത്രമാണ് എന്റെ ഭാഗ്യം.

ധർമ്മം തെറ്റാതെ ജീവിക്കുന്ന ഏതു മനുഷ്യനും അവരുടെ അഭീഷ്ടം സാധിപ്പിച്ചുകൊടുക്കുന്ന ദേവനാണ് ശ്രീ ഗുരുവായൂരപ്പൻ. അതു സാർവ്വലൗകികമായ സ്നേഹസാരാംശമാണ്. അടുക്കുംതോറും നമ്മുടെ അന്തരിന്ദ്രിയങ്ങളിൽ പറ്റിപ്പിടിക്കുന്ന തേജോ ബിന്ദു. അതിനെ പല രീതിയിലും വ്യാഖ്യാനിക്കാം, വിലയിരുത്താം. എല്ലാം ഈ ശ്രീലകത്തെ വിഗ്രഹത്തിൽ അലിഞ്ഞുചേർന്നിരിക്കുന്നു. ഗുരുവായൂരപ്പനെ ആർ ഉള്ളു നൊന്തു വിളിക്കുന്നുവോ, അവന്റെ രക്ഷകനായി അവിടന്ന് അവസാന നിമിഷത്തിലെങ്കിലും ഓടി എത്താതിരിക്കയില്ല! വിശ്വസിച്ചു മുറുക്കിപിടിക്കണം. വിശ്വാസമാണതിന്റെ ജീവൻ. ധർമ്മമാണതിന്റെ കാതൽ - തിരുമേനിയുടെ പ്രഭാഷണത്തിൽനിന്നുള്ള വാക്കുകളാണിവ.

മുപ്പത്താറു വർഷത്തെ നീണ്ട തപശ്ചര്യ ദ്യോതിപ്പിക്കുന്ന ആകാരം. ദീപ്തിയുള്ള കണ്ണുകൾ. മാറത്തു പറ്റിനിൽക്കുന്ന നീണ്ട താടി. കാരുണ്യം നിറഞ്ഞുകവിയുന്ന ആ കണ്ണുകളാണ് തിരുമേനിയുടെ മുഖത്തിന്റെ ദിവ്യചൈതന്യമായി പരിലസിക്കുന്നത്. സ്നേഹമാണഖിലസാരമൂഴിയിൽ എന്ന തത്ത്വം ജീവിതത്തിൽ പകർത്തിയ മഹാനാണ് ആഞ്ഞം. ആത്മീയമായി ഔന്നത്യം അവകാശപ്പെടാവുന്ന വ്യക്തികൾ നമുക്കു വിരളമാണല്ലോ. അങ്ങനെയുള്ള ഒരു വ്യക്തിയാണ് ഗുരുവായൂരിൽ

വസിച്ചിരുന്ന ആഞ്ഞം. അദ്ദേഹം ഒരു യതിയായി മാറിയിട്ട് അനേകം വർഷങ്ങളായിരിക്കുന്നു.

പൂന്താനം വെച്ചുപൂജിച്ചിരുന്ന ഉണ്ണിക്കൃഷ്ണന്റെ ദിവ്യവിഗ്രഹം ആഞ്ഞം താമസിക്കുന്ന നാരായണാലയത്തിന്റെ പൂമുഖത്ത് ഈയിടെ പ്രതിഷ്ഠിക്കുകയുണ്ടായി. അതിൽപിന്നെ നാരായണാലയത്തിലേക്കു ഭക്തജനപ്രവാഹം വർദ്ധിച്ചു.

ദീനാനുകമ്പ

കറകളഞ്ഞ മനുഷ്യസ്നേഹവും ദീനാനുകമ്പയുമാണ് ആഞ്ഞത്തിന്റെ ഏറ്റവും വലിയ സിദ്ധികൾ. ആ ദീനാനുകമ്പയിൽനിന്നും ഉടലെടുത്തതാണ് അദ്ദേഹത്തിന്റെ നേതൃത്വത്തിലുള്ള കഞ്ഞി പാർചാകേന്ദ്രത്തിലെ അന്നദാനം. സപ്താഹപാരായണം വഴിയായും അനുഗ്രഹദക്ഷിണവഴിയായും ലഭിക്കുന്ന ഓരോ പൈസയും സാധുക്കൾക്ക് ഭക്ഷണം നല്കാനായി അദ്ദേഹം നീക്കിവെച്ചു. പാവങ്ങൾക്ക് ഒരു നേരത്തെ ആഹാരം നൽകുന്നതിന് അദ്ദേഹം അഹോരാത്രം പാടുപെടുന്നു. നാരായണാലയത്തിനടുത്തുള്ള നടപ്പുരയിൽ ചെന്നാലറിയാം, ഈ മഹാനുഭാവത്തിന്റെ ധർമ്മബോധവും ദീനാനുകമ്പയും എത്രമാത്രം ആഴത്തിലുള്ളതാണെന്ന്.

ഒട്ടേറെ ധാമ്മിക കാര്യങ്ങൾക്ക് ആഞ്ഞം നേതൃത്വം നൽകി. ഗുരുവായൂർ മഹാക്ഷേത്രത്തിന് തൊട്ടടുത്ത് ജീർണിച്ചുകിടന്നിരുന്ന തിരുവെങ്കിടാചലപതി ക്ഷേത്രവും പാർത്ഥസാരഥിക്ഷേത്രവും ഇന്നത്തെ നിലയിൽ ആക്കിയതിൽ ആഞ്ഞത്തിന് പ്രധാന പങ്കുണ്ട്. ഭക്തജനങ്ങളോടദ്ദേഹം നേരിട്ടഭ്യർത്ഥിച്ചതിനെത്തുടർന്ന് ആയിരക്കണക്കിന് രൂപ സംഭാവന ലഭിച്ചതിന്റെ ഫലമായാണ് ഈ ക്ഷേത്രങ്ങളുടെ പുനരുദ്ധാരണം നടന്നിട്ടുള്ളത്.

പത്രാധിപത്യം

തിരുമേനി ശ്രീഗുരുവായൂരപ്പൻ മാസികയുടെ പത്രാധിപരായിരുന്നു. ഗുരുവായൂരപ്പൻ സങ്കീർത്തന ട്രസ്റ്റ് ധാർമ്മികകാര്യങ്ങൾക്ക് വിനിയോഗിക്കാൻ നീക്കിവെച്ചിട്ടുള്ളതാണ് സംഭരണ ഫണ്ട്. ഈ ഫണ്ടിൽനിന്ന് കിട്ടുന്ന തുകകൊണ്ടാണ് ഉത്തമഗ്രന്ഥങ്ങളുടെ പ്രസിദ്ധീകരണം നിർവ്വഹിക്കുന്നത്. ശ്രീധരീയത്തെ ആസ്പദമാക്കി 'ഭക്തപ്രിയ' എന്ന വ്യാഖ്യാനത്തോടെയുള്ള വൈശ്രവണത്തിന്റെ ശ്രീമദ് ഭാഗവതത്തിന്റെ മൂവ്വായിരത്തോളം പേജ് വരുന്ന നാല് ബൃഹത്വാള്യങ്ങൾ സമീപകാലത്ത് ആദ്ധ്യാത്മികസാഹിത്യത്തിന് ലഭിച്ച വലിയ ലബ്ധികളിൽപ്പെടുന്നു. ശ്രീഗുരുവായൂരപ്പൻ സങ്കീർത്തന ട്രസ്റ്റിനുവേണ്ടി തിരുമേനിയാണ് ഇതിന്റെ പിന്നിൽ പ്രവർത്തിച്ചത്. അങ്ങനെ എണ്ണിയാലൊടുങ്ങാത്ത നൂറ്

നൂറ് കാര്യങ്ങൾ വേഗം സാദ്ധ്യമാക്കുന്നതിനുള്ള ഒരു ശക്തിവിശേഷം ഈ യതിവര്യനിൽ കളിയാടുന്നു.

"ഗുരുവായൂരപ്പന്റെ കടാക്ഷമുള്ളവർക്ക് അനുഗ്രഹാശിസ്സുകൾ വന്നു ഭവിക്കാതിരിക്കയില്ല. ഉറച്ച് വിശ്വസിക്കണമെന്നുമാത്രം. വിശ്വസിക്കുന്ന വരെ ആ പൊന്നുണ്ണികൃഷ്ണൻ, കരുണാവാരിധിയായ ഗുരുവായൂരപ്പൻ, കൈവെടിയുകയില്ല. ഇത് നൂറ് ശതമാനവും വിശ്വസിച്ചോളൂ." - തിരുമേനി ആവർത്തിച്ച് ഉരുവിടുന്ന വാക്കുകളാണിവ.

ബ്രാഹ്മമുഹൂർത്തത്തിൽ എഴുന്നേൽക്കുന്ന തിരുമേനി രാത്രി ഗുരുവായൂർ ക്ഷേത്രത്തിൽ അത്താഴപ്പൂജ കഴിഞ്ഞ് നടയടച്ച് ശ്രീകോവിൽ തഴുതിട്ട് മേൽശാന്തി വിശ്രമത്തിന് പോകുന്നതുവരെ ജപിച്ചും ധ്യാനിച്ചും പഠിച്ചും മനനം ചെയ്തും കൃഷ്ണസാക്ഷാത്കാരത്തിന്റെ അഭൗമമേഖലകൾ താണ്ടിക്കൊണ്ടിരുന്നു.

ഒരു യതിവര്യന്നാവശ്യമായ ത്യാഗം, സമർപ്പണം, അനുസരണം, വിനയം, സ്നേഹം തുടങ്ങിയ അഞ്ചു ഗുണങ്ങളും അദ്ദേഹത്തിനുണ്ടായിരുന്നു.

"ദുരുദ്ദേശ്യപൂർവം ഒന്നിനേയും കാണാതിരിക്കുക; എന്നാൽതന്നെ ഈശ്വരാനുഗ്രഹമായി. വിശ്വസിച്ചോളൂ. ഗുരുവായൂരപ്പൻ കൈവെടിയുകയില്ല. മുറുകെ പിടിച്ചോളൂ. പിടിത്തം വിടരുത്. പരിഹാസത്തോടെ പലരും ശകാരിച്ചെന്ന് വരും. നമ്മുടെ കൈ അയയുംതോറും പിടിത്തം വിടാനുള്ള അടവുകൾ ഭഗവാൻ നോക്കും. എന്നാൽ ഇടവും വലവും നോക്കാതെ, ആ പാദകമലത്തിൽ എല്ലാം സമർപ്പിച്ചോളൂ. പിന്നെയെല്ലാം അവിടുന്ന് ഏറ്റെടുത്തോളും." തിരുമേനിയുടെ ഗദ്ഗദവാണികൾ ഓരോന്നും ചെവിയിൽ എപ്പോഴും അനുരണനം ചെയ്യുന്നു.

സായിസവിധത്തിൽ

2006 സെപ്തംബർ 3ന് വൈകുന്നേരം 4 മണിക്ക് പാലക്കാടുനിന്ന് കാറിൽ പുറപ്പെട്ടു. ശ്രീ. എം.പി. വീരേന്ദ്രകുമാർ, അദ്ദേഹത്തിന്റെ സ്റ്റാഫംഗങ്ങളായ നന്ദകുമാർ, സുധാകരൻ എന്നിവർ കൂടെയുണ്ടായിരുന്നു. കോയമ്പത്തൂർ, പൊള്ളാച്ചി, മേട്ടുപാളയം, സത്യമംഗലം വഴി തമിഴ്നാട്ടിൽനിന്ന് മൈസൂരിലേക്ക് കടന്ന് രാത്രി 2 മണിക്ക് ബാംഗ്ലൂർ നഗരത്തിലെത്തി. അന്നവിടെ ഹോട്ടലിൽ മുറിയെടുത്ത് താമസിച്ചു. പിറ്റേന്ന്, സെപ്തംബർ 4ന് ഹൈദ്രാബാദിലേക്കുള്ള ദേശീയപാത വഴി പുട്ടപർത്തിയിലേക്ക്. അന്ന് ഉത്രാടനാൾ ആയിരുന്നു. അതുകൊണ്ടുതന്നെ യാത്ര പലതുകൊണ്ടും അവിസ്മരണീയമായി. കേരളം, തമിഴ്നാട്, കർണ്ണാടകം, ആന്ധ്ര എന്നീ നാല് ദക്ഷിണേന്ത്യൻ സംസ്ഥാനങ്ങളെ തൊട്ടുരുമ്മിക്കൊണ്ടുള്ള ആ കാർയാത്ര, പ്രകൃതിയുടെ ഭിന്നമുഖങ്ങളെയും വ്യത്യസ്ത ഭാഷ സംസാരിക്കുന്ന ജനങ്ങളെയും സംസ്കാരത്തെയുംകുറിച്ച് ചിന്തിക്കാനുള്ള അവസരമൊരുക്കി. എഴുത്തുകാരെ സംബന്ധിച്ചിടത്തോളം ഓരോ യാത്രയും എന്തെങ്കിലും പുതിയൊരനുഭവം കാഴ്ചവെക്കുന്നു.

പുട്ടപർത്തിയിലേക്കുള്ള യാത്ര. സത്യസായി ദർശനം. അതും തിരുവോണനാളിൽ. എന്റെ മനസ്സിൽ ഒട്ടേറെ പ്രത്യാശയുടെ മുളയിടാൻ തുടങ്ങി. കഴിഞ്ഞ ഒരു വർഷത്തിനിടയിൽ എന്നെ വിട്ടുപോയവരെക്കുറിച്ചുള്ള ചിന്ത പൊങ്ങിവന്നു. അമ്പതിലേറെ വർഷക്കാലം ജീവിതത്തിന്റെ ഘടകമായി മാറിയ അഞ്ചുപേരാണ് മറഞ്ഞിരിക്കുന്നത്. രണ്ടനുജന്മാർ, ഒരമ്മാവൻ, അനുജത്തിയുടെ ഭർത്താവ്, മകന്റെ ഭാര്യയുടെ അച്ഛൻ - സത്യനാഥൻ, ഗോപിനാഥൻ, പരമേശ്വരമാമ, പുഴുക്കിൽ ശ്രീധരൻനായർ, കെ.എം.ജി. പണിക്കർ. ഈ അഞ്ചുപേരുടെ മരണമുണ്ടാക്കിയ ദുഃഖം അക്കൊല്ലം ഓണം ആഘോഷിക്കേണ്ടതില്ലെന്ന തീരുമാനത്തെ ബലപ്പെടുത്തി. അപ്പോഴാണ് പുട്ടപർത്തിയിലെ ഓണാഘോഷത്തിൽ പങ്കെടുക്കാനുള്ള യാത്രയ്ക്ക് വീരേന്ദ്രകുമാർ ക്ഷണിച്ചത്. അദ്ദേഹവുമൊത്തുള്ള ദീർഘയാത്രകളെ എക്കാലത്തും ഒരനുഭവസമ്പത്തായിട്ടാണ് ഞാൻ ഗണിച്ചിരുന്നത്.

കണ്ണിന് നല്ല സുഖമില്ലെന്നു തോന്നി, ഞാനറിയാതെ കണ്ണിൽനിന്ന് വെള്ളമൊഴുകിക്കൊണ്ടിരുന്നു. മുമ്പെങ്ങുമില്ലാത്ത അനുഭവം. കണ്ണിനെന്തോ തകരാറുണ്ടെന്നും അടിയന്തരമായി ഒരു ഡോക്ടറെക്കൊണ്ട് കണ്ണ് പരിശോധിപ്പിക്കണമെന്നും വീരേന്ദ്രകുമാർ പറഞ്ഞുകൊണ്ടിരുന്നു. അപ്പോൾ ഞാൻ പറഞ്ഞു: കണ്ണിനല്ല രോഗം, എന്റെ മനസ്സിനാണ്. അതിനുള്ള ചികിത്സ എന്ന നിലയിലാണ് ഞാൻ ഈ പുട്ടപർത്തിയാത്രയെ കാണുന്നത്. ബാബ എന്റെ രോഗത്തിന് പ്രതിവിധി കാണും.

ഓണാഘോഷത്തിൽ പങ്കെടുക്കുന്നതിന് ലോകത്തിന്റെ നാനാഭാഗത്തുനിന്നും വരുന്ന ജനങ്ങളുടെ വാഹനങ്ങൾ പുട്ടപർത്തിയിലേക്ക് നീങ്ങിക്കൊണ്ടിരുന്നു.

ആന്ധ്രയിലേക്ക് കടന്നപ്പോൾ വെയിലിന് ചൂട് കൂടി. ദേശീയപാതയിൽ നിന്ന് വഴിമാറിയപ്പോൾ കണ്ണിൽപ്പെട്ട ബോർഡ് ബാബയുടെ സാമീപ്യം അടുത്തുവെന്നറിയിച്ചു. പെനുകൊണ്ട, പുട്ടപർത്തി എന്നീ സ്ഥലങ്ങൾ ആന്ധ്രപ്രദേശിന്റെ ആത്മപ്രചോദകകേന്ദ്രങ്ങളാണ്. കുഗ്രാമമായിരുന്ന പുട്ടപർത്തിയെ ഇന്നത്തെ നിലയിലേക്ക് വളർത്തിക്കൊണ്ടുവന്ന സത്യസായിബാബയുടെ ആശ്രമമായ പ്രശാന്തത്തിന്റെ കവാടത്തിൽ ഞങ്ങൾ എത്തുമ്പോൾ രാത്രി 8 മണി കഴിഞ്ഞിരുന്നു. വളണ്ടിയർമാർ ഓടിവന്ന് വീരേന്ദ്രകുമാറിനെയും ഞങ്ങളെയും സ്വീകരിച്ച് ഗസ്റ്റ് ഹൗസിലേക്ക് കൊണ്ടുപോയി.

1926 നവംബർ 23ന് പുട്ടപർത്തി എന്ന കുഗ്രാമത്തിലെ ഒരിടത്തരം കുടുംബത്തിൽപ്പെട്ട വെങ്കട്ടരാജുവിന്റെയും ഈശ്വരാംബയുടെയും നാലാമത്തെ മകനായി ജനിച്ച സത്യനാരായണൻ ലോകത്തിന്റെ ആരാധ്യനായ സത്യസായിബാബയായി മാറിയത് അദ്ഭുതം തന്നെയായിരുന്നു. വ്യക്തി മാത്രമല്ല, സമൂഹവും ആ സമൂഹത്തെ ചുറ്റിപ്പറ്റി നിൽക്കുന്ന പ്രദേശവും ആ ജനനംകൊണ്ട് ശ്രദ്ധേയമായി. ബാബയും പുട്ടപർത്തിയും ലോകശ്രദ്ധ ആകർഷിക്കാൻ തുടങ്ങിയിട്ട് പതിറ്റാണ്ടുകൾ പിന്നിട്ട് കഴിഞ്ഞിരിക്കുന്നു. അവിടെ ബാബ ഭൗതികനേട്ടങ്ങളുടെ ഒരു മായാപ്രപഞ്ചം തന്നെ തന്റെ കർമ്മപരിപാടികളെക്കൊണ്ട് സൃഷ്ടിച്ചിരിക്കുന്നു. ശ്രീകൃഷ്ണഭഗവാൻ ജനിച്ചുവളർന്ന ദ്വാരകയെപ്പോലെ. ഭരണം കാഴ്ചവെച്ച മഥുരയെപ്പോലെ. ജനശ്രദ്ധ ആകർഷിക്കുന്ന ആധുനിക യമുനാപുളിനം നമ്മുടെ ആത്മാവിനെ അനുദിനം കോരിത്തരിപ്പിച്ചുകൊണ്ടിരിക്കുകയാണ്. യമുനാനദിയെ ഓർമ്മിപ്പിക്കുന്നു വിസ്തൃതമായ ചിത്രാവതി നദി. വെൺമണൽത്തിട്ടകൾ വിശാലമാണ്. ചുറ്റിലും ഉയർന്നു നിൽക്കുന്ന മലനിരകൾ. പുട്ടപർത്തിയെ ഇന്ന് ലോകം കണ്ട മഹാപുണ്യഭൂമികളിലൊന്നായി വാഴ്ത്തപ്പെട്ടുകൊണ്ടിരിക്കുന്നതിന്റെ പിന്നിലെ രഹസ്യം, ഭഗവാൻ ശ്രീ സത്യസായി ബാബയല്ലാതാരാണ്?

കാരുണ്യമാണ് അദ്ദേഹത്തിന്റെ ബാല്യംതൊട്ടേയുള്ള മുഖമുദ്ര. സമസ്ത ജീവികളോടും ഉണ്ടായിരുന്ന ഈ കാരുണ്യവും ദയാവായ്പുമാണ് അദ്ദേഹത്തെ ഉന്നതങ്ങളിലേക്ക് നയിച്ചതെന്ന് ഞാൻ വിശ്വസിക്കുന്നു.

കാരുണ്യം, ദയ, ആർദ്രത, സഹവാസബോധം എന്നിവകൊണ്ട് തരളിത ഹൃദയനാകുന്ന ബാബ മറ്റുള്ളവരുടെ ദുഃഖത്തിൽ കണ്ണീർ വാർക്കു മായിരുന്നു.

ഗസ്റ്റ്ഹൗസിലായിരുന്നു, ഓണാഘോഷപരിപാടിയിൽ മുഖ്യാതിഥി യായ വീരേന്ദ്രകുമാറിന് താമസം ഏർപ്പാട് ചെയ്തിരുന്നത്. വൃത്തിയും വെടിപ്പും മാത്രമല്ല ശാന്തിയും മുറ്റിനിൽക്കുന്ന സ്ഥലം. കെട്ടിടത്തിന്റെ ബാൽക്കണിയിലിരുന്ന് പ്രശാന്തി നിലയവും പരിസരവും ഭംഗിയായി കാണാം. ഞങ്ങൾക്ക് താമസിക്കാൻ വിശാലമായ ഒരു മുറിയാണ് അവിടെ ഒരുക്കിയിരുന്നത്. ഭക്ഷണസൗകര്യവും അവിടെയുണ്ടായിരുന്നു. എന്തു കൊണ്ടും നല്ല അന്തരീക്ഷം. ഹൃദ്യമായ പെരുമാറ്റം.

ഞാൻ പുറത്തെ മരത്തണലിൽ ചെന്നിരുന്ന് കാഴ്ചകൾ കണ്ടു. ആളു കൾ ഒഴുകുകയാണ്. ശാസ്ത്രജ്ഞർ, എഴുത്തുകാർ, വ്യവസായികൾ, സത്യാന്വേഷികൾ, വിദേശികൾ, ഉദ്യോഗസ്ഥർ, ഭക്തന്മാർ, വെറും കാഴ്ച ക്കാർ എല്ലാമുണ്ടതിൽ. എങ്ങും മാന്യമായ പെരുമാറ്റം. സുഖപ്രദമായ നിശ്ശബ്ദത.

നിരവധി കെട്ടിടങ്ങൾ. എല്ലാം ഭംഗിയായി സംരക്ഷിക്കപ്പെടുന്നു. നയന മനോഹരമായ പൂന്തോട്ടങ്ങൾ. അവയിൽ നിറയെ വിരിഞ്ഞുനിൽക്കുന്ന വർണ്ണപ്പൂക്കൾ. തഴച്ചുവളർന്ന് പന്തലിച്ചുനിൽക്കുന്ന ധാരാളം വൃക്ഷങ്ങൾ. എങ്ങും കണ്ണിന് അമൃതധാരയായ പച്ചപ്പ്. ജലധാരായന്ത്രങ്ങൾ, താമസിക്കാൻ ധാരാളം മുറികളുള്ള കെട്ടിടനിരകൾ. വൃത്തിയുള്ള റോഡു കൾ. എപ്പോഴും വെടിപ്പോടെയുള്ള ശൗചാലയങ്ങൾ. ധാരാളം പേർക്ക് ഒരേസമയം ഇരുന്ന് ഭക്ഷണം കഴിക്കാൻ സൗകര്യമുള്ള വിശാലമായ ഭക്ഷണശാല. യന്ത്രസംവിധാനമൊരുക്കിയ അടുക്കള. ഈശ്വരസേവ പോലെ ഭക്ഷണം വിളമ്പുന്ന സായി സന്നദ്ധ പ്രവർത്തകർ. ലോക ത്തിലെ എല്ലാ ഭാഷകളിലുമുള്ള പുസ്തകങ്ങൾ കിട്ടുന്ന പുസ്തകശാല. പ്ലാനിറ്റേറിയം, മ്യൂസിയം, ഗോകുലം, കോളേജ്, വിദ്യാലയങ്ങൾ, ഹോസ്റ്റലുകൾ, യോഗാപരിശീലനകേന്ദ്രം, സംഗീത കോളേജ് എന്തി നേറെ, അവിടെയില്ലാത്തതൊന്നുമില്ല. എല്ലാം മികച്ചവ. എല്ലാം ചുറ്റി ക്കാണാൻ ദിവസങ്ങൾ വേണ്ടിവരും.

പൊന്നിൻചിങ്ങത്തിലെ ഉത്രാടരാവ്. അതിനെ ആർദ്രമാക്കുന്ന പൂർണ്ണ ചന്ദ്ര കുളിർനിലാവ് എങ്ങും പരന്നൊഴുകി. രാത്രി ദർശനമില്ല. പിറ്റേന്ന് തിരുവോണത്തിന് പൂർണ്ണചന്ദ്ര ഓഡിറ്റോറിയമാണ് ആഘോഷവേദി. അവിടം കേരളീയ രീതിയിൽ കുരുത്തോല, കുലവാഴ, ചെന്തെങ്ങ് എന്നിവ കൊണ്ട് അലങ്കരിച്ചിരിക്കുന്നു. പൂമാലകൾ സർവത്ര. നിറപ്പകിട്ടാർന്ന വൈദ്യുത ദീപമാലകൾ ഓഡിറ്റോറിയത്തെ നിറച്ചാർത്തണിയിച്ചു. പതി നായിരത്തോളം പേർക്ക് ഇരിക്കാവുന്ന ഹാൾ.

രാവിലെ 7 മണിക്ക് മുമ്പ് ദർശനത്തിനെത്തണം. പ്രവേശനപാസ്സും ബാഡ്ജും നേരത്തെ കൊണ്ടുവന്നു തന്നിരുന്നു. നേരത്തെ ഉണരേണ്ട താണ്. ഉറങ്ങാൻ കിടന്നു.

പുലർച്ചെ എഴുന്നേറ്റ് കുളിച്ച് ഞങ്ങൾ പൂർണ്ണചന്ദ്രാ ഓഡിറ്റോറിയ ത്തിൽ എത്തി. ദേഹപരിശോധനയ്ക്കു ശേഷമാണ് കടത്തിവിട്ടത്. വി.ഐ.പി. പാസ്സുണ്ടായിട്ടും മുന്നിലെ രണ്ടാമത്തെ വരിയിലാണ് ഇടം കിട്ടിയത്. അല്പംകൂടി മുന്നിലായിരുന്നെങ്കിൽ ബാബയെ കുറെക്കൂടി അടുത്ത് കാണാമായിരുന്നു. എന്നിലെ സ്വാർത്ഥം തലപൊക്കി.

ഓഡിറ്റോറിയം പെട്ടെന്ന് നിറഞ്ഞുകവിഞ്ഞു. നിശ്ശബ്ദതയുടെ സുഖദമായ ആവരണം ആകെ മൂടി. എല്ലാ മനസ്സും കണ്ണുകളും ബാബ യുടെ വരവ് പ്രതീക്ഷിക്കുന്നു.

അപ്പുറം ഞങ്ങൾക്ക് അഭിമുഖമായാണ് സ്ത്രീകളുടെ നിര. എല്ലാ വരും ഒരേപോലെയുള്ള കേരള സാരിയാണ് ധരിച്ചിരിക്കുന്നത്. എല്ലാം ബാബ നൽകിയതാണെന്ന് പിന്നീടറിഞ്ഞു. കലാപരിപാടികൾ അവതരി പ്പിക്കാനെത്തിയ വിദ്യാർത്ഥിനികളും അവരെ നയിക്കുന്ന അദ്ധ്യാപകരും അക്കൂട്ടത്തിലുണ്ട്.

ഒമ്പത് മണിക്ക് ബാബ പൂർണ്ണചന്ദ്രാ ഓഡിറ്റോറിയത്തിന്റെ കിഴക്കെ കവാടത്തിലൂടെ കാറിൽ വന്നിറങ്ങി. രണ്ടുപേർ അദ്ദേഹത്തെ താങ്ങി പ്പിടിച്ച് നടക്കാൻ സഹായിക്കുന്നുണ്ടായിരുന്നു. ബാബ ക്ഷീണിതനായി രുന്നു. എങ്കിലും മുഖം പ്രസന്നവും ശാന്തവുമാണ്. ബാബയെ ഒരുനോക്ക് അകലെയിരുന്നുകൊണ്ട് കണ്ടു. ഭജനയ്ക്കുശേഷം കേരളത്തിൽ നിന്നെ ത്തിയ വിദ്യാർത്ഥികളുടെ കലാപരിപാടി തുടങ്ങി. മഹാബലിയും വാമ നനും ജനശ്രദ്ധയാകർഷിച്ചു. ബാബ എല്ലാവരേയും അനുഗ്രഹിച്ചു. മുഖ്യാതിഥിയായ വീരേന്ദ്രകുമാർ ഇരുപത് മിനിറ്റ് പ്രസംഗിച്ചു. അത് ഇംഗ്ലീഷിലായിരുന്നു. ബാബയുടെ പ്രഭാഷണം വൈകുന്നേരത്തേക്ക് മാറ്റി. തിങ്ങിനിറഞ്ഞ് കവിഞ്ഞൊഴുകിയ ജനസഞ്ചയത്തിന് മുന്നിൽ ബാബ ഓണത്തിന്റെ സവിശേഷതയെക്കുറിച്ചും അതിനുപിന്നിലെ തത്ത്വങ്ങളെ ക്കുറിച്ചുമാണ് സംസാരിച്ചത്. ബാബയുടെ ഓരോ വാക്കും അർത്ഥവത്തും ശ്രദ്ധേയവുമായിരുന്നു. ഭാരതത്തിന് ഹിന്ദുസ്ഥാൻ എന്ന് പേരുണ്ടെന്നും ആ ഹിന്ദു എന്ന വാക്കിൽ H - Humility (വിനയം), I - Individuality (വ്യക്തിത്വം), N - Nationality (ദേശാഭിമാനം), D-Devotion (ഭക്തി), U - Unity (ഒത്തൊരുമ) എന്നീ ആന്തരികാർത്ഥങ്ങൾ ഉൾക്കൊണ്ടിട്ടു ണ്ടെന്നറിയണമെന്നും ബാബ വിശദീകരിച്ചു. പണത്തിന് പിന്നാലെ പായാതെ, മനസ്സിലെ നന്മ വളർത്തിയെടുക്കാനാണ് ശ്രമിക്കേണ്ടത്. ധാര മുറിയാതെയുള്ള ബാബയുടെ പ്രഭാഷണം ഓരോരുത്തരുടെയും ഹൃദയ ത്തിലേക്ക് നേരിട്ട് ഇറങ്ങിച്ചെല്ലുന്നതായിരുന്നു. ആ മഹാത്മാവിന്റെ മുഖത്ത് പ്രസംഗസമയത്ത് കളിയാടിയ ഭാവമാറ്റം ഞാൻ സൂക്ഷ്മത യോടെ നിരീക്ഷിച്ചു. അതെന്റെ കണ്ണുകളെ ഈറനണിയിച്ചു.

ബാബയുടെ പാദങ്ങൾ ഒന്ന് തൊടണമെന്ന് അതിയായി ആഗ്രഹിച്ചെങ്കിലും, ആ മോഹം നടക്കാതെ പോയി. ഒരഭിമുഖത്തിന് അദ്ദേഹം ക്ഷണിക്കുമെന്ന പ്രത്യാശ തുടക്കത്തിലേ ഇല്ലായിരുന്നു. അത്രയേറെ ജനത്തിരക്കുള്ളതായിരുന്നു അവിടത്തെ ഓണാഘോഷങ്ങൾ. ആയിരങ്ങളുടെ ഒഴുക്കിൽ ഒരു ഓലക്കൊടി മാത്രമല്ലേ ഈയുള്ളവൻ? എന്ത് മേൽവിലാസം?

ഓഡിറ്റോറിയത്തിൽ നിന്ന് പുറത്തുകടന്നപ്പോൾ അവിടെ ചുവരിൽ എഴുതിവെച്ചിരിക്കുന്ന വാക്യങ്ങൾ എനിക്ക് ആശ്വാസം പകർന്നു.

“നീ അറിയാതെ എന്റെ കണ്ണുകൾ നിന്നെ കാണുന്നുണ്ട്. ഞാൻ നിന്നെ നോക്കുന്നുണ്ടോ, നീയെന്നെ കാണുന്നുണ്ടോ ഇല്ലയോ എന്നുള്ളതിന് യാതൊരു പ്രാധാന്യവുമില്ല. നിന്നെക്കുറിച്ച് എല്ലാവർക്കും എല്ലാം അറിയാമെന്ന ചിന്തതന്നെ സ്വാർത്ഥതയും നിന്നിലെ അഹംബോധവുമാണ് സൂചിപ്പിക്കുന്നത്. ഈശ്വരൻ എല്ലാം കണ്ടുകൊണ്ടിരിക്കുന്നു എന്നതാണ് പരമാർത്ഥം. ദൈവം എല്ലാവരെയും കാണുന്നു. എല്ലാറ്റിനേയും. എപ്പോഴും.”

അമൃതസ്വരൂപണിയായ അമ്മ

മാതാ അമൃതാനന്ദമയീ ദേവിയോടുള്ള കാഴ്ചപ്പാട് എനിക്കെന്നും അമ്മയോടുള്ളതാണ്. ഒരു മകന് അമ്മ എത്രകണ്ടു പ്രിയപ്പെട്ടതാണോ, അത്രകണ്ടു പ്രിയപ്പെട്ടതാണ് അമൃതാനന്ദമയീദേവിയും. ചേറ്റിൽനിന്നാണ് ചെന്താമര വിരിയുന്നത്. പറയക്കടവ് എന്ന അധഃസ്ഥിതമണ്ഡലത്തിൽനിന്നാണ് അമ്മയുടെ ആവിർഭാവം. പഠിപ്പും പദവിയും പ്രാഭവവുമില്ലാത്ത ഒരു സാധാരണ മുക്കുവകുടുംബത്തിൽ പിറന്ന സുധാമണി എന്ന പെൺകുട്ടിക്ക് എങ്ങനെ ഇത്രമാത്രം ഉയരത്തിലെത്താൻ സാധിച്ചു? അതും ആത്മീയമണ്ഡലത്തിൽ. പ്രതികൂലസാഹചര്യങ്ങളെ നേരിട്ടുകൊണ്ടാണമ്മ, ബാല്യ-കൗമാരകാലഘട്ടങ്ങളെ പിന്നിട്ടതെന്നറിയുന്നു. കൗമാരത്തിലും യൗവ്വനാരംഭഘട്ടത്തിലും അനുഭവിച്ച പീഡാനുഭവങ്ങളും വ്യക്തിഗതദുഃഖാനുഭവങ്ങളും അമ്മയുടെ ജീവിതത്തിൽ വമ്പിച്ച മാറ്റങ്ങളുണ്ടാക്കി.

താനിഷ്ടപ്പെടുന്ന, തന്നിൽ സ്വാധീനം ചെലുത്തിയ ഇഷ്ടദൈവങ്ങളെ ആരാധിക്കാനും സ്വാംശീകരിക്കാനുമുള്ള സ്വാതന്ത്ര്യംപോലും അമ്മയ്ക്ക് നിഷേധിക്കപ്പെട്ടിരുന്നു. സ്വന്തം വീട്ടിൽനിന്നും നാട്ടിൽനിന്നും ഒരേപോലെ അവഗണനയും അപവാദപ്രചാരണങ്ങളും അമ്മയെ ഏറെ കഷ്ടപ്പെടുത്തി. പ്രായപൂർത്തി എത്തിയ ഒരു പെൺകുട്ടിക്ക് ആത്മാഭിമാനത്തോടെ തല ഉയർത്തിപ്പിടിച്ചു ജീവിക്കാൻ, താൻ ജനിച്ചുവളർന്ന ചുറ്റുപാടുകളിലൂടെ മുന്നേറാൻ കഴിയുകയില്ലെന്ന ധാരണയെ സുധാമണി തിരുത്തിക്കുറിച്ചു. ക്ഷമയാണമ്മയുടെ പടച്ചട്ട. ക്ഷമയോടൊപ്പം തന്നെ സ്നേഹത്തെയും കാരുണ്യത്തെയും ആദർശങ്ങളായി സ്വജീവിതത്തിൽ കൊണ്ടുനടന്നു. മിത്രത്തെയും ശത്രുവിനെയും ഒരേപോലെ സ്നേഹിക്കാൻ കഴിയുക. 'സ്നേഹമാണഖിലസാരമൂഴിയിൽ' എന്ന വിശ്വാസത്തെ അരക്കിട്ടുറപ്പിക്കാൻ വേണ്ടി അമ്മ ചെയ്ത ത്യാഗവും സേവനവും നിസ്സാരമല്ല.

"സ്നേഹത്തിൽനിന്നുദിക്കുന്നു,
സ്നേഹത്താൽ വൃദ്ധി തേടുന്നു,
സ്നേഹം താൻ ആനന്ദമാർക്കും
സ്നേഹവ്യാഹൃതിതന്നെ മരണം!"

മഹാത്മാക്കൾ ഉണ്ടാകുന്നതെവിടെയും മഹാത്യാഗത്തിൽ നിന്നാണ്. മഹാത്യാഗം കൈവരിച്ച് ഉന്നതമായ ഒരു നിലയിലേക്ക് എത്തിച്ചേരണ മെങ്കിൽ ഏതു വ്യക്തിയും വലിയ വില നൽകേണ്ടിവരും. അമ്മയും വലിയ വില കൊടുത്തവളാണെന്ന് അമ്മയുടെ ജീവിതം വിളംബരപ്പെടുത്തുന്നു. കേരളത്തിൽ പ്രബുദ്ധത നേടിയ സ്ത്രീകളുണ്ടായിട്ടുണ്ട് - വിദുഷികളും കവയിത്രികളും. എന്നാൽ ആത്മീയതലങ്ങളിൽ ഏറെ ശ്രദ്ധ പിടിച്ചു പറ്റിയ ഏക വനിത മാതാ അമൃതാനന്ദമയീ ദേവിയാണ്. ഇത്രമാത്രം ആത്മീയചൈതന്യം പ്രസരിക്കുവാനിടയാക്കിയ സാഹചര്യങ്ങളെന്ത്? എന്നുള്ള കാര്യം എന്നെ പലപ്പോഴും ഇരുത്തിചിന്തിപ്പിച്ചിട്ടുണ്ട്.

അമ്മയെങ്ങനെ ഉന്നതങ്ങളിലെത്തി എന്നുള്ളതിനുള്ള ഉത്തരം കണ്ടെത്താൻ ഇനിയുമായിട്ടില്ല. എങ്കിലും ഞാൻ ചില നിഗമനങ്ങളിലെ ത്തിച്ചേരുകയാണ്.

വേദന എന്തെന്നറിഞ്ഞ ഒരാത്മാവാണ് അമ്മയുടേത്. അതുകൊണ്ട് മറ്റുള്ളവരുടെ വേദനയെ കണ്ടെത്താനമ്മയ്ക്കു കഴിയുന്നു. അനേകാ യിരങ്ങൾക്കിടയിലും ഒരിക്കൽ കണ്ടു പരിചയപ്പെട്ട മുഖത്തെ അമ്മ തിരി ച്ചറിയുന്നു. ഓരോ വ്യക്തിയും അമ്മയുടെ മുമ്പാകെ സമർപ്പിച്ച പരി ദേവനങ്ങൾ ഓർമ്മയിൽ സൂക്ഷിക്കുന്നു. നമുക്കു വേണ്ടിയിട്ടമ്മ പ്രാർത്ഥി ക്കുന്നു. ഓരോ മനസ്സിനെയും പഠിക്കുവാനുള്ള വിശേഷബുദ്ധി അമ്മ യ്ക്കുണ്ട്. ജ്ഞാനത്തിലൂടെ ലഭിക്കുന്ന ഉൾക്കാഴ്ചയും അനിതരസാധാ രണമായ ജീവകാരുണ്യവും ദൈവത്തോടുള്ള അദമ്യമായ അന്തർ ദ്ദാഹവും വ്യാകുലതയോടെ ദൈവത്തോടു താണുകേണപേക്ഷിക്കാനുള്ള പ്രാർത്ഥനാനിർഭരമായ മനസ്സും അമ്മയെ ദിവ്യചൈതന്യമുള്ളവളാക്കി ത്തീർത്തു.

ദിവ്യചൈതന്യമുള്ളവർക്ക് എല്ലാം സ്വയമേവ ആഗതമാകുന്നു. അവ രെന്ത് ഇച്ഛിക്കുന്നുവോ അതെല്ലാം നടയിലാകുന്നു. മാനവസേവയി ലധിഷ്ഠിതമായ ശുശ്രൂഷയും പരിചരണവുമാണ് അമ്മയുടേത്. അമ്മയെ ആത്മാർത്ഥമായി വിശ്വസിക്കുകയും ആരാധിക്കുകയും ചെയ്യുന്നവർക്ക് അമ്മ ആശ്വാസവും അഭയവും നൽകുന്നു. സത്യകഥനത്തിലൂടെ അമ്മ ഓരോരുത്തരുടെയും വിശ്വാസമാർജ്ജിച്ചുകൊണ്ടു മുന്നോട്ടുപോകുന്നു.

സൗമ്യവും അനുതാപാർഹവുമായ വീക്ഷണം പ്രായോഗികജീവിത ത്തിൽ പ്രാവർത്തികമാക്കിയതിന്റെ ഫലമായി (സിദ്ധിയും സാധനയും) അമ്മ കൗമാരത്തിന്റെ കോപാകുലമായ രൗദ്രഭാവത്തിൽനിന്ന് അതീത യായി വാത്സല്യത്തിന്റെയും കാരുണ്യത്തിന്റെയും മാതൃഭാവത്തിലേക്കു യർന്നുവരാനിടയായി. ചുരുക്കത്തിൽ കോപത്തെ സൗമ്യതയായി രൂപാ ന്തരപ്പെടുത്താനമ്മയ്ക്കു സാധിച്ചു. സുധാമണി എന്ന അനഭ്യസ്തവിദ്യ യായ ബാലികയും യുവതിയും നീചത്വത്തെ നിർമ്മാർജ്ജനം ചെയ്തു മനസ്സിനെ ശുദ്ധീകരിച്ചു വിശുദ്ധമാതൃത്വത്തിന്റെ പടികൾ ഓരോന്നായി കടന്നുകയറി മുന്നോട്ടുപോയി. കാരുണ്യത്തിന്റെ ഉറവിടമായപ്പോൾ കന്മഷത്തിന്റെ കെടുനീരെല്ലാം വാർന്നുപോയി. ഇതാണമ്മയിൽ നടന്ന

പരിണാമപ്രക്രിയ. സത്യകഥനത്തിലൂടെ ദൈനംദിനജീവിതത്തിലെ മനുഷ്യസഹജമായ കാമനകളെ പരിവർജ്ജിക്കാൻ കഴിഞ്ഞതോടെ അസാധാരണത്വത്തിന്റെ ആത്മീയ തിരുവിളയാടലാരംഭിച്ചു. നെടു നാളത്തെ തപസ്യയിലൂടെ അമ്മ വിശുദ്ധിയിലേക്കു നയിക്കപ്പെട്ടു.

പ്രതികൂലസാഹചര്യങ്ങളെ ആനുകൂല്യതയാക്കി മാറ്റാനുള്ള രസ തന്ത്രവിദ്യയ്ക്കു പ്രചോദനം നൽകുന്ന ധ്യാനം, മനസ്സിന്റെ ഏകാഗ്രതയെ സൂചിമുനയിൽ നിർത്താനുള്ള അഭ്യാസം തപസ്യയിലൂടെ പരിശീലിച്ചു. പത്തു മിനിട്ടും അരമണിക്കൂറും ഒരു മണിക്കൂറും രണ്ടു മണിക്കൂറും - എന്തിനേറെ പറയുന്നു ദിവസത്തിൽ പകുതിയായ പന്ത്രണ്ടു മണിക്കൂറും അതിലധികവും ഒരേ ഇരുപ്പിലിരുന്നു നാനാതരത്തിലുള്ള ജനങ്ങളെ അഭി മുഖീകരിക്കാനും അവരെ ഓരോരുത്തരെയും സാന്ത്വനിപ്പിക്കാനും അമ്മ പരിശീലിച്ചു. ഈ പരിശീലനപ്രക്രിയയുടെ കർമ്മവിപാകമാണമ്മയെ ഉയർത്തിയിരിക്കുന്നത്. ഭൗതികമായ ഉത്കർഷത്തെ അമ്മ അത്ര കാര്യ മായി പരിഗണിക്കുന്നില്ല. സാധാരണക്കാരുടെ നന്മയ്ക്കുവേണ്ടി ആതുര ശുശ്രൂഷാരംഗത്തും വിദ്യാഭ്യാസരംഗത്തും തൊഴിൽമേഖലയിലും ഒട്ടേറെ പദ്ധതികൾ ആവിഷ്കരിക്കാൻ അമ്മയ്ക്ക് സാധിച്ചുവെന്നുള്ളതു നേരാണ്. എന്നാൽ മനഃശുദ്ധീകരണമാണ് അമ്മയുടെ ആത്യന്തികലക്ഷ്യം.

മനസ്സിനകത്ത് അടിക്കടി കടന്നുകൂടുന്ന നാനാതരത്തിലുള്ള മനോ മാലിന്യങ്ങളെ നിർമ്മാർജ്ജനം ചെയ്യാനുള്ള യജ്ഞമാണമ്മ നടത്തി ക്കൊണ്ടിരിക്കുന്നത്. അതായത് ധ്യാനമാർഗ്ഗം. കോപത്തെയും കാമന കളെയും നീചേന്ദ്രിയങ്ങളുടെ സ്വാധീനത്തെയും അതിജീവിക്കാനേറെ പ്രയോജനം ചെയ്യുന്ന ഒന്നാണ് ധ്യാനം. ശ്രീകൃഷ്ണനും ശ്രീബുദ്ധനും ധ്യാനൈകനിരതരായിരുന്നു. ഭോഗിയെ യോഗാവസ്ഥയിലേക്കുയർത്തുന്ന സിദ്ധി കൈവരിക്കാൻ ഏകാഗ്രധ്യാനത്തിനേ കഴിയൂ. ധ്യാനനിഷ്ഠയിൽ ഏകാഗ്രചിത്തനായിരിക്കുന്ന ഒരു തപസ്വിക്കു നേടാൻ കഴിയാത്തതാ യിട്ടൊന്നുമില്ല.

സത്യം പറയുക. കിട്ടുന്നതെല്ലാം ദാനം ചെയ്യുക. കോപത്തെ ക്ഷമ യാക്കി മാറ്റാനുള്ള ത്വര ഉത്പാദിപ്പിക്കുക - പറയാൻ വളരെ എളുപ്പം. എന്നാൽ ചൊന്ന ക്രിയാദികളിൽ നിഷ്ണാതനായിരിക്കുന്നവനാരോ, (അവനായാലും അവളായാലും) ദേവസ്ഥാനത്തേക്ക് ഉയർത്തപ്പെടും. ജീവിതത്തിന്റെ സുപ്രധാനമായ ഈ മൂന്നു പടികളും പിന്നിട്ട അമൃതാ നന്ദമയീദേവി, ദേവസ്ഥാനത്തേക്ക് ഉയർത്തപ്പെട്ടവളായിക്കഴിഞ്ഞിരി ക്കുന്നു. അമ്മയുടെ സാന്നിധ്യം എവിടെയുണ്ടോ അവിടെ ശാന്തിയും സമാധാനവുമുള്ള ഭൂമികയായിത്തീരുന്നു. സ്വാനുഭവത്തിലൂടെ പറയട്ടെ. ഞാനീ കാലഘട്ടത്തിൽ കണ്ടുമുട്ടിയ ഏറ്റവും വലിയ കാരുണ്യവതിയായ ആത്മീയതേജഃപുഞ്ജമാണ് മാതാ അമൃതാനന്ദമയീ ദേവി. ആ മഹത് സാന്നിദ്ധ്യംകൊണ്ട് നമുക്കു ശാന്തിയും സമാധാനവും കൈവരുന്നു.

ചെമ്പൈയുടെ ഓർമ്മകളിൽ

വൃശ്ചികമാസത്തിലെ ഗുരുവായൂർ ഏകാദശിയുടെ പ്രധാന വിശേഷതകളിൽ ഒന്നായിരുന്നു പാട്ടുകച്ചേരി. ഈ പാട്ടുകച്ചേരി നടന്നിരുന്നത് ഗുരുവായൂർ ക്ഷേത്രത്തിലെ പഴയ ഊട്ടുപുരയിലാണ്. (ഇന്നത്തെ ഊട്ടുപുരയല്ല.) ഊട്ടുപുര രണ്ടു നിലയിലുള്ള ഒരു പഴയ ഓടിട്ട കെട്ടിടമായിരുന്നു. ഈ കെട്ടിടത്തിന്റെ ചുവട്ടിലത്തെ നിലയിൽ സദ്യയും മുകളിലത്തെ നിലയിൽ സംഗീതക്കച്ചേരിയുമാണ്. ഏകാദശി മഹോത്സവത്തിനു മുന്നോടിയായുള്ള നവമി, ദശമി, ഏകാദശി ഈ മൂന്നു ദിനങ്ങളിലാണ് പാട്ടുകച്ചേരി. ചിട്ടയാവാത്ത പാട്ടുകച്ചേരി ആരംഭിച്ചത് മടപ്പുള്ളി രാമൻ നായർ എന്ന ഒരു മാന്യദേഹം ഗുരുവായൂർ ദേവസ്വം മാനേജരായിരിക്കുമ്പോഴാണ്. അതിനുമുൻപ് കച്ചേരികൾ നടന്നിട്ടുണ്ടോ എന്നറിഞ്ഞുകൂടാ. എന്റെ ഓർമ്മവെച്ചകാലം മുതൽക്കേ കച്ചേരി നടന്നിരുന്നത് ഗുരുവായൂർ ക്ഷേത്രത്തിന്റെ മതിൽക്കകത്ത് വെച്ചായിരുന്നു. ഈ കച്ചേരി കാണാൻ പോകുന്നത് ആ ബാല്യകാലത്ത് വളരെ വലിയ ഒരു സംഭവമായിരുന്നു. ഗുരുവായൂർ ഏകാദശിയുടെ വരവും കൃഷ്ണനാട്ടം സംഘത്തിന്റെ കോഴിക്കോട്ടുനിന്ന് ഗുരുവായൂർക്കുള്ള വരവും വളരെ സുപ്രധാനമായിരുന്നു; തദ്ദേശനിവാസികൾക്ക് ഒരുകാലത്ത്. ഞാനെന്റെ ശൈശവകാലം മുതലേ വളർന്നത് ഗുരുവായൂർ ക്ഷേത്രത്തിന്റെ പരിസരത്തായിരുന്നു. എന്റെ താമസസ്ഥലം തെക്കേനടയിലെ സാമൂതിരി കോവിലകം സ്ഥിതിചെയ്തിരുന്നതിനടുത്തുള്ള ചിറക്കലെ പറമ്പിലായിരുന്നു. (നെടിയം വീട്ടിൽക്കാരുടെ വിശാലമായ കോമ്പൗണ്ടിലായിരുന്നു. മുംബൈയിലെ അംബാസിഡർ ആയിരുന്ന എൻ. രാഘവന്റെ താമസസ്ഥലം.)

ഈ കാലത്താണ് ഞാനാദ്യമായി ഗുരുവായൂർ ക്ഷേത്രത്തിൽവെച്ച് ചെമ്പൈ വൈദ്യനാഥഭാഗവതരെ കാണുന്നത്. നന്നായി പാട്ടുപാടുന്ന ഒരാളാണെന്നും പാലക്കാട്ട് ചെമ്പൈ ഗ്രാമത്തിലുള്ള ഒരു ബ്രാഹ്മണനാണെന്നും മാത്രമേ മനസ്സിലാക്കിയിരുന്നുള്ളൂ. എല്ലാ കൊല്ലവും ഏകാദശി വിശേഷകാലത്ത് പാട്ടുപാടാൻ വരുന്ന ഈ ഭാഗവതർ ലോകാരാദ്ധ്യനായ ചെമ്പൈ വൈദ്യനാഥഭാഗവതരായി മാറുന്ന ഇടവേളയിൽ അദ്ദേഹം

താമസിച്ചിരുന്നത് കിഴക്കേനടയിലെ മോഹനാലയം എന്ന കെട്ടിടത്തിന്റെ മുകളിലായിരുന്നു. ചോണ്ടത്ത് മാളിക എന്ന പേരിലറിയപ്പെട്ടിരുന്ന ഈ കെട്ടിടം അന്ന് ഗുരുവായൂരിലെ ഏറ്റവും ഉയരം കൂടിയ മനോഹരഹർമ്മ്യങ്ങളിലൊന്നായിരുന്നു. (ഇന്നത്തെ മേല്പത്തൂർ ഓഡിറ്റോറിയം നിൽക്കുന്ന സ്ഥലത്തായിരുന്നു ചോണ്ടത്ത് മാളിക). ചോണ്ടത്ത് ചിന്നമ്മു നേത്യാരെ സംഗീതം പഠിപ്പിച്ചിരുന്നത് വൈദ്യനാഥഭാഗവതരായിരുന്നു. അന്നത്തെ കൊല്ലങ്കോട് രാജാവ് കഴിഞ്ഞാൽ ഏറ്റവും പ്രതാപശാലികളായ നായർ പ്രഭുകുടുംബങ്ങളിലൊന്നാണ് ചോണ്ടത്ത്കാർ. ഈ ചോണ്ടത്ത് മാളികയിൽ വന്ന് താമസിക്കുന്ന ഭാഗവതരെ പലവട്ടം കാണുവാനും പരിചയപ്പെടുവാനും എനിക്ക് ഭാഗ്യം സിദ്ധിച്ചിട്ടുണ്ട്. അന്ന് ചോണ്ടത്ത് മാളികയും ഗുരുവായൂർ ദേവസ്വം പഴയ ആഫീസും തമ്മിലുള്ള അകലം ഒരു ചെറുമതിലിന്റേത് മാത്രമായിരുന്നു.

ചെമ്പൈസ്വാമിയെ പരിചയപ്പെടാൻവേണ്ടി ചോണ്ടത്ത് മാളികയിൽ വന്നിരുന്ന സന്ദർശകന്മാരും ആരാധകന്മാരും നിരവധിയാണ്. ആ കൂട്ടത്തിൽ സിദ്ധൻ പാമ്പു ഗോവിന്ദൻ തെക്ക്ട്ടമഠത്തിൽ ശങ്കരൻ നമ്പിടി, മഹാകവി പി. കുഞ്ഞിരാമൻനായർ, ഉറൂബ് (പി.സി. കുട്ടികൃഷ്ണൻ), മഹാകവി ജി. ശങ്കരക്കുറുപ്പ്, ഡോ. കെ. ഭാസ്കരൻനായർ, എം.കെ. രാജ, കൊല്ലത്ത് മാധവമേനോൻ, എൻ.കെ. ശേഷൻ, വടേക്കര ബാലകൃഷ്ണൻനായർ, സി.ജി. നായർ, ഒളപ്പമണ്ണ, കെ.കെ. മേനോൻ തുടങ്ങി പലരും വന്നിരുന്നത് എനിക്കറിയാമായിരുന്നു. ഇവരുമായി പരിചയപ്പെടാനും ചെമ്പൈ വൈദ്യനാഥ ഭാഗവതരെക്കുറിച്ചുള്ള എണ്ണമറ്റ കഥകൾ കേൾക്കാനും അദ്ഭുതാദരങ്ങളോടെ ഈ മഹാപുരുഷനെ കൺമുമ്പിൽ, കൺനിറയെ കണ്ടുകൊണ്ടിരിക്കുവാനും കഴിഞ്ഞിട്ടുണ്ട്. അന്നത്തെ പല പല സംഭവങ്ങളും ഓർമ്മയിലിന്നും പച്ച പിടിച്ചുനിൽക്കുന്നുണ്ട്. കാലക്രമേണ അദ്ദേഹം ജീവിച്ചിരിക്കുമ്പോൾതന്നെ ചെമ്പൈ ഒരസാമാന്യ സംഗീതസാമ്രാട്ടായി മാറിയപ്പോഴും ഈയുള്ളവന് അദ്ദേഹവുമായി കൂടുതൽ അടുക്കുവാനും കഴിഞ്ഞു.

ഗുരുവായൂർ ദേവസ്വം നേരിട്ടു നടത്തുന്ന സംഗീതോത്സവത്തിന്റെ നെടുനായകനായി ചെമ്പൈ സ്ഥാനത്ത് എത്തിയപ്പോഴും അദ്ഭുതാവഹമായ ആ പേരും പെരുമയും എന്നെ അദ്ഭുതപ്പെടുത്തിയിട്ടുണ്ട്. അദ്ദേഹത്തിന്റെ ആരാധകന്മാരുടെ എണ്ണം അനുദിനം വർദ്ധിച്ചുകൊണ്ടിരുന്നു. ആയിരക്കണക്കിന് ആരാധകന്മാരുടെ നൂറുകണക്കിന് ശിഷ്യന്മാരുള്ള ചെമ്പൈ വൈദ്യനാഥഭാഗവതരെ ദൈവതുല്യനായി കണ്ടിരുന്ന മഹാകവി പി. കുഞ്ഞിരാമൻനായരും അവർക്കിടയിലെ ഒരു ചെറിയ കൈക്കാരനായി നടന്നതും ഓർമ്മയിൽ വരുന്നു. കുറച്ചുകാലം ദേവസ്വത്തിന്റെ സാംസ്കാരികപ്രവർത്തനങ്ങളുടെ ചുക്കാൻ പിടിക്കാനുള്ള അവസരവും ഗുരുവായൂരപ്പൻ നൽകിയിട്ടുണ്ട്. ആറുകൊല്ലം തുടർച്ചയായി ഗുരുവായൂർ ദേവസ്വം ഭരണസമിതി അംഗത്വവും ക്ഷേത്രപുനർനിർമ്മാണ കമ്മിറ്റി

സോവനീറിന്റെ കൺവീനറുമായിരുന്ന എനിക്ക് പല മഹാരഥന്മാരുമായി പരിചയപ്പെടുവാനും അവരെ വേണ്ടരീതിയിൽ പരിചരിക്കുവാനുമുള്ള അവസരം ശ്രീഗുരുവായൂരപ്പൻ നൽകി അനുഗ്രഹിക്കുകയുണ്ടായി. അക്കാലത്തെ ഭാഗവതരെ നേരിട്ട് ക്ഷണിച്ചുകൊണ്ടുവന്ന് ഒട്ടേറെ സംഗീതക്കച്ചേരികളിലും സാംസ്കാരിക പരിപാടികളിലും പങ്കെടുപ്പിക്കുവാനും അവസരമുണ്ടായി. അതിന്റെ ധന്യതയിലിന്നും കഴിയുമ്പോൾ പോയ നാല്പതുകൊല്ലത്തെ ഭാഗവതരുമായുള്ള അടുപ്പവും സമ്പർക്കവും ഓർമ്മയിലെ തിളങ്ങുന്ന സംഭവങ്ങളായി നമ്മുടെ ഉള്ളിന്റെ ഉള്ളിൽ മായാതെ മങ്ങാതെ കിടക്കുന്നു. അവയൊക്കെ വിസ്തരിക്കുവാൻ നിന്നാൽ പേജുകൾതന്നെ വേണ്ടിവരും.

1974 ഒക്ടോബർ 16നാണ് ഈ നാദോപാസകൻ സ്വർഗസ്ഥനായത്. ദിവംഗതനായ അടുത്ത വർഷം മുതൽ ഗുരുവായൂർ ദേവസ്വത്തിന്റെ ആഭിമുഖ്യത്തിൽ വിപുലമായ തോതിൽ ചെമ്പൈ സംഗീതോത്സവം നടക്കുന്നു; തിരുവയ്യാറിലെ ത്യാഗരാജോത്സവത്തെ അനുസ്മരിപ്പിക്കുന്ന വിധം. കഴിഞ്ഞ മൂന്നു പതിറ്റാണ്ടുകളായി ഗുരുവായൂരിൽ നടന്നുവരുന്ന ചെമ്പൈ സംഗീതോത്സവം ഇന്ന് അഖിലേന്ത്യാതലത്തിൽ അറിയപ്പെടുന്ന നാദോപാസനാവേദിയാണ്. പ്രശസ്തരും പ്രഗദ്ഭരുമായ ഒട്ടേറെ സംഗീതപ്രതിഭകൾ ഇവിടെ ഒത്തുചേരുന്നു. ഇതിനും പുറമെ ആയിരക്കണക്കിന് യുവപ്രതിഭകളാണ് കൊല്ലംതോറും ചെമ്പൈ അനുസ്മരണ സംഗീതോത്സവത്തിൽ പങ്കെടുക്കുന്നത്.

ഗുരുവായൂർ ഏകാദശിയോടനുബന്ധിച്ച് രണ്ടാഴ്ച് നീണ്ടുനിൽക്കുന്ന സംഗീതോത്സവം ഭക്തിയുടെ ലഹരിയിൽ ഒരുക്കിയെടുത്ത ദേശീയ സംഗീതോത്സവമായി രൂപാന്തരപ്പെടുന്നു. ചെമ്പൈ ഭാഗവതരുടെ ആത്മാവ് ഗുരുവായൂർ ക്ഷേത്രത്തിനകത്തും പുറത്തും ഒരു മന്ദാനിലനെപ്പോലെ വീശിയടിക്കുകയാണ്. ഈശ്വരസാക്ഷാത്കാരം ലഭിച്ച ഈ മഹാത്മാവിനെ നേരിട്ടു കാണുവാനും നിരവധി സന്ദർഭങ്ങളിൽ ഈ മഹാപുരുഷനുമായി സംസാരിക്കാനും കഴിഞ്ഞത് ഒരു ഭാഗ്യമായി കരുതുന്നു. ഈശ്വരാനുഗ്രഹമുണ്ടെങ്കിൽ ഒരു കലാകാരന് അനശ്വരതയിലേക്ക് ഉയരാൻ അധികം കാലതാമസം വേണ്ടിവരില്ലെന്ന് ചെമ്പൈയുടെ ജീവിതം നമ്മെ പഠിപ്പിക്കുന്നു.

സ്മൃതികളിലെ ഏകാദശിക്കാലം

ഗുരുവായൂർ ക്ഷേത്രത്തിലെ ഏറ്റവും വിശേഷപ്പെട്ട ദിനമാണ് ഗുരുവായൂർ ഏകാദശി. വൃശ്ചികമാസത്തിൽ കൊണ്ടാടപ്പെടുന്ന ഏകാദശിക്ക് ഒട്ടേറെ പ്രത്യേകതകളാണ്. ക്ഷേത്രപ്രവേശനസത്യാഗ്രഹം കഴിഞ്ഞ് ഹിന്ദുക്കൾക്കാകമാനം ക്ഷേത്രദർശനം നടത്താമെന്ന നിയമം നടപ്പിൽ വന്നതോടെ ഏകാദശി തൊഴാനുള്ള ജനപ്രവാഹം മറ്റെങ്ങും കാണാത്ത ഒരു പ്രതിഭാസമാണ്. പതിനായിരക്കണക്കിനാളുകളാണ് ഏകാദശി ദർശനത്തിനായി ക്ഷേത്രത്തിൽ പ്രവേശിക്കുന്നത്. പഴയ കാലങ്ങളിൽ ആയിരക്കണക്കിനാണെങ്കിൽ, ഇന്നത് ലക്ഷങ്ങൾ കവിഞ്ഞ പുരുഷാരമാണ്. ആബാലവൃന്ദം ജനങ്ങൾ ജാതിഭേദമെന്യേ ക്ഷേത്രത്തിനകത്തും പുറത്തും തടിച്ചുകൂടുന്നു. എവിടെനിന്നാണ് ഇത്രയും വലിയ ജനസഞ്ചയം ഒഴുകി എത്തുന്നതെന്ന് ഗുരുവായൂരപ്പന് മാത്രമേ അറിഞ്ഞുകൂടൂ.

ക്ഷേത്രത്തെ സംബന്ധിച്ചേടത്തോളം പരമപവിത്രമായ പുണ്യദിനമാണ് വൃശ്ചികത്തിലെ ഏകാദശി - ഏകാദശിയോടനുബന്ധിച്ചുള്ള ക്ഷേത്രത്തിലെ വിളക്കുകൾ ആഴ്ചകൾക്കു മുമ്പേ ആരംഭിക്കുന്നു. പഴയകാലത്ത് പതിനഞ്ച് ദിവസം നീണ്ടുനിൽക്കുന്ന വിളക്കാണെങ്കിൽ ഇന്നത് മാസങ്ങൾക്കുമുമ്പേതന്നെ ആരംഭിക്കുന്നു. ഒരു മാസത്തിലേറെ നീണ്ടുനിൽക്കുന്ന ഏകാദശി വിളക്ക് ഉത്സവം അനേകായിരങ്ങളെ ആകർഷിച്ചുകൊണ്ടിരിക്കുന്നു. പ്രത്യേകിച്ച് അഷ്ടമി, നവമി, ദശമി, ഏകാദശി വിളക്കുകൾ വളരെ പ്രാധാന്യമുള്ളവയാണ്. ഈ പ്രാധാന്യം ചരിത്രപരമായും ഐതിഹ്യപരമായും പുകൾപെറ്റതാണെന്നത് മാത്രമല്ല, ഏറ്റവും അധികം ജനങ്ങൾ ദർശനത്തിനായി ഗുരുവായൂരിലെത്തിച്ചേരുന്ന നാളുകൾ കൂടിയാണ്. പഴയകാലത്തെ ഏകാദശി വിളക്കുകൾ പരമ്പരാഗതമാണ്. പ്രഭുക്കന്മാർക്കും ജന്മിമാർക്കും നാടുവാഴികൾക്കും മാത്രം അവകാശപ്പെട്ടിരുന്ന ഏകാദശിവിളക്കുകൾ ഇന്ന് ജനകീയവത്കരിക്കപ്പെട്ടിരിക്കയാണ്. പഴയ ഭൂപ്രഭുക്കന്മാരും പുരാതന നായർതറവാട്ടുകാരും ഏറെക്കുറെ അപ്രത്യക്ഷമായിക്കഴിഞ്ഞിരിക്കുന്നു. എങ്കിലും ഇന്നും ചില പുരാതന കുടുംബാവശിഷ്ടങ്ങൾ അവശേഷിച്ചുനില്പുണ്ടെന്ന് ഗുരുവായൂർ ക്ഷേത്രത്തിലെ ഏകാദശിവിളക്കുകളുടെ പട്ടിക പരിശോധിച്ചാൽ ബോധ്യപ്പെടുന്നതാണ്. കേരളത്തിനകത്തും പുറത്തും നിന്ന് ഒഴുകിയെത്തുന്ന ലക്ഷങ്ങൾ ഉൾക്കൊള്ളുന്ന ഇന്നത്തെ ഗുരുവായൂർ ഏകാദശിയും അറുപതു വർഷങ്ങൾക്കുമുമ്പുള്ള ഏകാദശിയും തമ്മിലേറെ വ്യത്യാസമുണ്ട്, പശ്ചാത്തലവും പരിതഃസ്ഥിതികളും മാറിയിരിക്കുന്നു. ഓരോ ഏകാദശിവിളക്കും

ആരംഭിച്ചതിന്റെ പിന്നിൽ ഓരോ കഥയുണ്ട്. അതാത് കുടുംബങ്ങൾക്കും തറവാടിനും അനുഭവപ്പെട്ട ഗുരുവായൂരപ്പന്റെ വെളിപാടുകളും പൊരുളുകളും നിറഞ്ഞതാണ് അക്കഥകൾ. സമ്പത്ത് ധാരാളം വർദ്ധിച്ചപ്പോഴും സന്തതികൾ തീരെയില്ലാത്ത കുടുംബം അന്യംനിന്നുപോകേണ്ട ചുറ്റുപാടിലും അതാത് കുടുംബനാഥന്മാർ മനംനൊന്ത് പ്രാർത്ഥിച്ചപ്പോൾ, ഭഗവത്കടാക്ഷം ഉണ്ടായതിന്റെ അനുഭവങ്ങളാണ് ഈ ഏകാദശി വിളക്കുകൾക്ക് ഊടും പാവും നൽകുന്ന ഘടകങ്ങൾ എന്ന് മാത്രം ചുരുക്കിപ്പറയുന്നു.

നന്നേ ചെറുപ്പം മുതലേ ഗുരുവായൂരിന്റെ മണ്ണിൽ വളരാനുണ്ടായ സാഹചര്യം എനിക്കുണ്ടായി. ഓർമ്മവെച്ചകാലം മുതലേ ഗുരുവായൂർ ഏകാദശി എന്നെ അദ്ഭുതപ്പെടുത്തിയ മഹാദൃശ്യമാണ്. ഇന്ന് കാണുന്ന ഗുരുവായൂരല്ല; ക്ഷേത്രത്തിലെ കിഴക്കേഗോപുരം മുതൽ മഞ്ജുളാൽത്തറ വരെ നീണ്ടുകിടക്കുന്ന കിഴക്കേനട പല നിലയിലും പ്രസിദ്ധമാണ്. ഓർമ്മവെയ്ക്കുമ്പോൾ നാല് ആൽത്തറകളുണ്ട്. ഒന്ന് കിഴക്കേനടയിലെ ദേവസ്വം സത്രത്തിനു മുമ്പിലുണ്ടായിരുന്ന സത്യാഗ്രഹ ആൽത്തറ; മറ്റൊന്ന് തിയ്യരുടെ അമ്പലത്തിനു മുമ്പിലുള്ള കുറ്റനാൽത്തറ – അവിടുന്നപ്പുറത്ത് ആശാരിപറമ്പിനും കരുവാൻ തറയ്ക്കും അടുത്തുള്ള ആൽത്തറ; അതിനുമപ്പുറത്താണ് ഭുവനപ്രശസ്തമായ മഞ്ജുളാൽത്തറ – നട കോൺക്രീറ്റ് ചെയ്തിരുന്നില്ല. പഞ്ചസാരമണൽ വിരിച്ച വീഥിയാണ്. ഓരോ ആൽത്തറയിലും 'വൈഗി'കളുടെ സാന്നിധ്യം കാണും. കൂട്ടത്തിൽ കഞ്ചാവ് വലിക്കാരും ശൂലധാരികളും പീലിക്കെട്ടുകാരും പുള്ളുവന്മാരും പുള്ളുവത്തികളും പാമ്പുപിടുത്തക്കാരും കുറവനും കുറത്തികളും മറ്റും അന്നത്തെ സങ്കേതമായി തിരഞ്ഞെടുത്തിരുന്നത് ഈ ചെങ്കല്ലുകൊണ്ട് കെട്ടി ഉയർത്തിയ ആൽത്തറകളെയാണ്.

പുരാതന കുടുംബക്കാരായ കോഴിപ്പുറത്തെ രാവുണ്ണിമേനോനും മാടക്കാവിൽ വേലായുധൻനായരും കാരണവന്മാരായിട്ടുള്ള പ്രാചീന കുടുംബങ്ങൾക്കിടയിലാണ് തിയ്യരുടെ അമ്പലം. ക്ഷേത്രപ്രവേശനത്തിനുമുമ്പ് അവർണർക്ക് ഇവിടംവരെ വന്ന് തൊഴാനുള്ള അവകാശമേ ഉണ്ടായിരുന്നുള്ളൂ. ഈ ക്ഷേത്രം നേരിട്ട് നടത്തിയിരുന്നത് ഗുരുവായൂർ ദേവസ്വമായിരുന്നു. ഗുരുവായൂർ ദേവസ്വം അധികൃതരാണ് ഈ ക്ഷേത്രത്തിന്റെ നടത്തിപ്പുകാർ. ഇവിടെ ഒരുകാലത്ത് നിത്യം തുലാഭാരവും ഭജനയും നടത്തിയിരുന്നു. ഈ ക്ഷേത്രത്തിന്റെ ഭരണചുമതലക്കാരിൽ ഒരാളായിരുന്ന ഈയുള്ളവന്റെ അച്ഛൻ (36 ദേശം സീനിയർ ചേരിക്കൽ കാര്യസ്ഥൻ കല്ലാത്ത് പുള്ളിപ്പറമ്പിൽ ശങ്കുണ്ണിനായർ എന്നാണച്ഛന്റെ അക്കാലത്തെ തണ്ടപ്പേർ). ഇന്ത്യയ്ക്ക് സ്വാതന്ത്ര്യം കിട്ടുന്നതിനുമുമ്പത്തെ നാളുകൾ. ദേവസ്വം അടക്കിഭരിച്ചിരുന്നത് സാമൂതിരി രാജാവും മല്ലിശ്ശേരിയും തന്ത്രിയുമായിരുന്നു. സാമൂതിരി പ്രധാന ട്രസ്റ്റി. കോട്രസ്റ്റി മല്ലിശ്ശേരി, തന്ത്രിക്ഷേത്രത്തിനകത്തെ ശ്രീലകത്തിന്റെ മേൽക്കോയ്മ. നിരവധി ചേരിക്കല്ലുകളിലായി ആയിരക്കണക്കിന് കുടിയാന്മാർ ഗുരുവായൂർ ദേവസ്വത്തിന് പാട്ടം അടച്ചിരുന്നു. അക്കാലത്തെ ഗുരുവായൂർ ഏകാദശി എന്റെ ബാല്യകാലസ്മരണകളെ അന്നും ഇന്നും നിറംപിടിപ്പിക്കുന്നു.

ആ നിറം പിടിപ്പിച്ച നാളുകളിൽ ഞാൻ ഗുരുവായൂരിൽ കണ്ട ദൃശ്യങ്ങൾ ഓർമ്മയിൽനിന്നും തപ്പിയെടുക്കുകയാണ്.

കിഴക്കേനട ജനസഞ്ചാരംകൊണ്ട് നിറയുന്നു. ഏകാദശികച്ചവടത്തിനായി നാട്ടിൽനിന്നും പുറംനാട്ടിൽനിന്നും ആളുകൾ എത്തിച്ചേരുന്നു. ഓടക്കുഴലും കുങ്കുമവും കറുത്ത ചെട്ടിച്ചികളും ചെട്ടിയാന്മാരും ആ കൂട്ടത്തിലുണ്ടായിരുന്നു. കൂറ്റൻ പൊരിച്ചാക്കുകൾ കിഴക്കേനടയിൽ നിരക്കും. അലുവ, ഈന്തപ്പഴം, ഉഴുന്ന്മുറുക്ക്, അരിമുറുക്ക് എന്നിവ വിൽക്കുന്ന വാണിഭക്കാർ. കരിമ്പുകച്ചവടം തകൃതിയായി നടക്കുന്നു. മഞ്ജുളാൽ മുതൽ തിയ്യരുടെ അമ്പലം വരെയുള്ള നട കച്ചവടസങ്കേതമായി മാറുന്നു. ഇവിടെ എത്തിച്ചേരാത്ത വിഭവങ്ങളില്ല. കാണാൻ കഴിയാത്ത കാഴ്ചകളുമില്ല. കുപ്പിവളയും റബ്ബർവളകളും വിൽക്കാൻ വരുന്ന മറുനാടൻ വാണിഭക്കാർ. പളുങ്ക്മാലയും രുദ്രാക്ഷവും വിൽക്കുന്ന നാട്ടുകുറത്തികൾ. പലവിധ ഉടുപ്പുകൾ - കുട്ടികൾക്കുവേണ്ടി തുന്നിയവ. ഇതിനും പുറമെയാണ് ഓരോ നാട്ടിലും ഉണ്ടാക്കുന്ന കാർഷിക ഉല്പാദനങ്ങളുടെ വിത്ത്, കൂർക്ക, ചേമ്പ്, ചേന, മത്തൻ, ഇളവൻ കൊള്ളിക്കിഴങ്ങ്, ചക്കരക്കിഴങ്ങ്, കാവുത്ത്, നനക്കിഴങ്ങ്, പയറുകളായി ചോളം, പച്ചപ്പയറ്. നെല്ലിക്ക, കയ്പക്ക, ചുരയ്ക്ക തുടങ്ങിയ കായ്കറികൾ. പലവിധത്തിലുള്ള ഉൾനാടൻ ചരക്കുകൾ!

തെങ്ങിൻചക്കരയും പനം ചക്കരയും അക്കൂട്ടത്തിൽ കാണും. കിഴക്കേനടയിലെ മഞ്ജുളാൽ പാടത്ത് യന്ത്രഊഴിഞ്ഞാലുകൾ, പടക്കുതിര, മയിലാട്ടം, ഒട്ടകസവാരി ഊഞ്ഞാലുകൾ, മരണക്കിണർ പലവിധ അപായ പക്ഷി, മൃഗ, പാമ്പുകളുടെ ടെന്റുകൾ, ഇതിനുപുറമെയാണ് നാഗരാജാവും ഒട്ടകപക്ഷിയും സംസാരിക്കുന്ന യക്ഷിയുടെയും രംഗപ്രവേശം. ഇതെല്ലാം പ്രത്യേകതരം മായാജാലപ്രദർശനസ്ഥലങ്ങളാണ്. ഈ വക അദ്ഭുതകാഴ്ചകൾ കണ്ട് ചുറ്റിയടിക്കുക എന്നത് എന്റെ ബാല്യകാലസ്മരണകൾക്ക് ഏറെനിറം പിടിപ്പിച്ചിട്ടുണ്ട്. വർണചിറകുകൾ പുതച്ച തുമ്പിയെപ്പോലെ ഞാൻ ഓടിനടക്കും. കുരങ്ങുകളിയും പാമ്പുകളിയും കണ്ട് അദ്ഭുതപ്പെടുകയും ഭയപ്പെടുകയും ചെയ്തിട്ടുണ്ട്.

ഉഗ്രവിഷമുള്ള പാമ്പുകളെ മകുടി ഊതി നൃത്തം വെയ്പിക്കുന്ന കാട്ടുവടുകന്മാർ, പാമ്പാട്ടികൾ, കുരങ്ങുകളെ കുപ്പായമിട്ടു കളിപ്പിക്കുന്ന സൂത്രശാലികളായ കുരങ്ങുകളിക്കാർ, കാക്കാലന്മാർ, ആന, മയിൽ, കുതിര, ഒട്ടകകളിക്കാർ, മുച്ചീട്ടുകളിക്കാർ - അതൊരു വിചിത്രലോകമായിരുന്നു. വാക്കുകളെകൊണ്ട് വർണ്ണിക്കാൻ കഴിയാത്തത്ര അനുഭൂതിപ്രദം! എന്റെ ബാല്യകാലത്തെ ഞാൻ നേരിൽകണ്ട ഗുരുവായൂർ കിഴക്കേനടയിലെ ദൃശ്യങ്ങൾ പകർത്തിവെക്കാൻ സാദ്ധ്യമല്ല. അത്രമാത്രം വർണ്ണശബളിമയാർന്നതും അനുഭവതീക്ഷ്ണവുമായ സ്മരണകൾ.

എന്നിലെ സാഹിത്യകാരന് അരങ്ങേറ്റം കുറിച്ചത് ഗുരുവായൂർ കിഴക്കേനടയാണ്. പടിഞ്ഞാറേനടയും തെക്കേനടയും വടക്കേനടയും വിട്ടുകളയുന്നു. അവിടേക്ക് കടന്നാൽ ഈ എഴുത്ത് വളരെ നീണ്ടുപോകും. അപൂർവ്വങ്ങളായിട്ടുള്ള ചില കൃതികൾ, പാട്ടുകൾ, വികൃതികൾ,

സുകൃതികൾ ഞാനീ പരിസരത്ത് നിന്നും നെയ്തെടുത്തതാണ്. മൂന്നു പൈസ മുതൽക്ക് നാലണവരെ വിലയുള്ള മികച്ച സാഹിത്യസൃഷ്ടികൾ! മഹാന്മാരായ ഒരായിരം എഴുത്തുകാരുടെ കാലിക രചനകൾ സരോജിനിയുടെ കടുംകൈ, ശങ്കരൻ കൊലക്കേസ്, പാത്തുമ്മയുടെ ഗർഭം അഥവാ വാവരുടെ ജനനം, പരമശിവന്റെ പ്രണയം അങ്ങനെ നീണ്ടു പോകുന്നു ആ കൃതികളുടെ പട്ടിക. എല്ലാം ഞാൻ കാശ് കൊടുത്ത് വാങ്ങി വായിച്ചു. എന്റെ ഓർമ്മച്ചെപ്പിൽ വളരെക്കാലം സൂക്ഷിച്ചുവെച്ചു.

ഗുരുവായൂർ ഏകാദശിയും ഏകാദശി വിളക്കുകളും ഒരുകാലത്ത് ഈ നാടിന്റെ മഹാസ്വപ്നങ്ങൾക്ക് ചിറകുമുളയ്ക്കുന്ന സുവർണ്ണകാലമായിരുന്നു. ആ കാലം എന്നെന്നേക്കുമായി പോയിമറഞ്ഞു. ഗുരുവായൂർ ക്ഷേത്രത്തിനുള്ളിലെ കിഴക്കേനടയും സത്രംകെട്ടിടങ്ങളിലെ കൂറ്റൻ ലോഡ്ജുകളും കല്യാണമണ്ഡപവും ഗണപതിക്ഷേത്രവും കിഴക്കേനടയിലെ ദേവസ്വം ഗെയിറ്റുകളും വലിയ ഫ്ളാറ്റുകളും ഉയർന്നു പൊങ്ങിയതിനുശേഷമുള്ള ഗുരുവായൂർ ഏകാദശിയും അറുപത് വർഷങ്ങൾക്കു മുമ്പത്തെ ഏകാദശിയും തമ്മിൽ താരതമ്യങ്ങളില്ല. അക്കാലത്ത് ചെമ്പൈ സംഗീതോത്സവമില്ല. അക്ഷരശ്ലോകസദസ്സില്ല, സ്കൗട്ടില്ല, വളണ്ടിയന്മാരില്ല. ഇന്നത്തെപോലെ പൊലീസ് സംവിധാനമില്ല. എങ്കിലും അന്ന് താരതമ്യേന പ്രശാന്തരമണീയമായിരുന്നു. ഇന്ന് ഗുരുവായൂരിന്റെയും ക്ഷേത്രത്തിന്റെയും സമസ്തമേഖലകളിലും ആധുനികത പടർന്നുപിടിച്ചിരിക്കുകയാണ്. പഴയ തലമുറയും പുതിയ തലമുറയും തമ്മിലുള്ള വീക്ഷാഗതിയിലെ വൈവിദ്ധ്യം അദ്ഭുതാവഹമാണ്.

പഴയ തറവാട്ടുകൂട്ടായ്മക്കാരുടെ വിളക്കുകൾ പലതും ഇല്ലാതായിട്ടുണ്ടെങ്കിലും അറുപത് കൊല്ലത്തിലേറെക്കാലം യാതൊരു മുടക്കവും കൂടാതെ നടത്തപ്പെടുന്ന വിളക്കുകൾ ഇപ്പോഴും നടന്നുവരുന്നു. (ഉദാ: പുറമ്പോട്ട്, പരുവക്കാട്ട്, പ്രാട്ട്, മാണിക്കത്ത്, നെന്മിനി, കൊളാടി തുടങ്ങിയ വിളക്കുകൾ മുടക്കം കൂടാതെ നടക്കുന്നു.) ഇതിൽ കൊളാടിക്കാരുടെ നവമിനാളിലെ നെയ്‌വിളക്കും, നെന്മിനി വക തനി ശുദ്ധമായ വെളിച്ചെണ്ണയൊഴിച്ച് നടത്തപ്പെടുന്ന വിളക്കും ഏറെ ശ്രദ്ധേയമായിട്ടിന്നും നടത്തിപ്പോരുന്നുണ്ട്. മുൻസിഫ് കോടതിയുടെയും പൊലീസുവിളക്കുകൾ ഗുരുവായൂർ ഏകാദശിവിളക്കുകൾക്ക് നിറപ്പകിട്ടേകുന്നു. ആധുനിക ഗുരുവായൂരിന്റെ മുഖച്ഛായയ്ക്കൊത്ത് വിളക്കു കഴിക്കാൻ സന്നദ്ധമായ ഒട്ടേറെ സംഘടനകളും വ്യക്തികളും സ്ഥാപനങ്ങളും വേറെയുമുണ്ട്. അവയൊക്കെ ഒന്നിനൊന്ന് മെച്ചപ്പെടുത്തുന്നതിനുവേണ്ടിയുള്ള ഒരുക്കങ്ങൾ ശ്ലാഘനീയമാണ്. ഗുരുവായൂർ ഏകാദശിയോടനുബന്ധിച്ച് ഇപ്പോൾ ക്ഷേത്രത്തിൽ മുപ്പതിലേറെ വിളക്കുവഴിപാടുകൾ നടക്കുന്നു.

ഗുരുവായൂർ ഏകാദശി അഖിലേന്ത്യാ പ്രശസ്തിയാർജ്ജിച്ച ഏറെ തീർത്ഥാടകപ്രവാഹമുള്ള ഒരു മഹോത്സവമായി മാറിയിരിക്കുന്നു. ഈ മാറ്റം അഭൂതപൂർവ്വമായ ഒരു കാഴ്ചയാണ്. ആത്മീയവും ഭൗതികവുമായ ഗുരുവായൂരിന്റെ വളർച്ചയുടെ ഉത്തമനിദർശനമാണ് ഗുരുവായൂർ ഏകാദശിയെന്ന് ചുരുക്കത്തിൽ പറയട്ടെ!

സാമൂഹികം

പത്മപ്രഭ: ഒഴുക്കിനെതിരെ നീന്തിയ ഉല്പതിഷ്ണു

മലബാറിൽ സോഷ്യലിസ്റ്റ് പ്രസ്ഥാനം കെട്ടിപ്പടുക്കുന്നതിൽ നിർണായകമായ പങ്കുവഹിച്ച ഉത്പതിഷ്ണുവായ രാഷ്ട്രീയനേതാവായിരുന്നു എം.കെ. പത്മപ്രഭാഗൗഡർ. പുളിയാറൻമല ഗ്രൂപ്പ് ഓഫ് എസ്റ്റേറ്റിന്റെ ഉടമയായിരുന്നു. മലനാട് ടിംബർ ട്രസ്റ്റ് മാനേജിംഗ് പാർട്ണർ ആയി പ്രവർത്തിച്ചിട്ടുണ്ട്. ഇതിനെല്ലാം പുറമേ അദ്ദേഹത്തിന്റെ വ്യക്തിത്വം നിറഞ്ഞുനിൽക്കുന്നത്, സാമൂഹിക-സാംസ്കാരിക, ആതുര സേവനരംഗത്തെ പ്രവർത്തനങ്ങളായിരുന്നു.

സോഷ്യലിസ്റ്റ് പ്രസ്ഥാനത്തിൽ ഊന്നിനിന്നുകൊണ്ട് വയനാട്ടിലെ പാവപ്പെട്ടവരായ ആദിവാസികൾ അക്കാലത്ത് അനുഭവിച്ചിരുന്ന കൊടും യാതനകൾക്ക് അല്പമെങ്കിലും ആശ്വാസം പകരുന്നതിനുവേണ്ടി ഇറങ്ങിത്തിരിച്ച, ഒഴുക്കിനെതിരേ നീന്തിയ ഉല്പതിഷ്ണുവായ മനുഷ്യനായിരുന്നു. തോട്ടം തൊഴിലാളികളുടെ സേവന-വേതന വ്യവസ്ഥകൾ നേടിയെടുക്കുന്നതിനുവേണ്ടി ഒട്ടേറെ ചെറുതും വലുതുമായ സമരങ്ങൾക്ക് നേതൃത്വം നൽകി.

അരനൂറ്റാണ്ടുകൾക്കപ്പുറം ജന്മികുടുംബത്തിൽ ജനിച്ച, നിരവധി ഏക്രയുള്ള എസ്റ്റേറ്റിനുടമയായ ഒരു വ്യക്തി, തന്റെ കീഴാളന്മാരുടെ നിലനില്പിനുവേണ്ടി സമരരംഗത്തിറങ്ങി എന്നു പറഞ്ഞാൽ ആർക്കും വിശ്വാസം വരികയില്ല. ഈ ഒരൊറ്റ കാരണംകൊണ്ടുതന്നെ ഒട്ടനവധി എസ്റ്റേറ്റുടമകളുടെയും ഭൂപ്രഭുക്കന്മാരുടെയും നിശിതവിമർശനത്തിനും എതിർപ്പിനും വിധേയനായി. ഒരുകണക്കിൽ സ്വസമുദായം അദ്ദേഹത്തിന് ഊര് വിലക്ക് കല്പിക്കുകയുണ്ടായി. ആദ്യം കോൺഗ്രസ്സ് പ്രസ്ഥാനവുമായി ബന്ധപ്പെട്ട് പ്രവർത്തിച്ചുവെങ്കിലും പിന്നീട് സോഷ്യലിസ്റ്റ് ആശയഗതിക്കാരനായി മാറുകയാണുണ്ടായത്.

ആചാര്യനരേന്ദ്രദേവ്, ജയപ്രകാശ് നാരായണൻ, യൂസഫ് മെഹാലി, അച്യുത് പട്വർദ്ധൻ, ഡോ. രാംമനോഹർലോഹ്യ തുടങ്ങിയ സോഷ്യലിസ്റ്റ് പ്രസ്ഥാനത്തിന്റെ സ്ഥാപകനേതാക്കളുടെ ആഹ്വാനമനുസരിച്ച്

ജീവിതത്തിലും പ്രവർത്തനരീതിയിലും സോഷ്യലിസ്റ്റ് ആശയത്തെ അക്ഷരാർത്ഥത്തിൽ സ്വാംശീകരിച്ച വ്യക്തിത്വമായിരുന്നു പത്മപ്രഭ യുടേത്. താനൊരു സോഷ്യലിസ്റ്റുകാരനാണെന്ന വസ്തുത അദ്ദേഹം അഭിമാനമായി കരുതി.

1951–56 വർഷങ്ങളിൽ പത്മപ്രഭാ ഗൗഡർ മദിരാശി നിയമസഭാംഗമാ യിരുന്നു. സോഷ്യലിസ്റ്റ് പാർട്ടിയുടെ ടിക്കറ്റിലാണദ്ദേഹം കല്പറ്റയിൽ നിന്നും തിരഞ്ഞെടുക്കപ്പെട്ടത്. സി. രാജഗോപാലാചാരി അന്നത്തെ മദി രാശി സംസ്ഥാനത്തിലെ (മലബാർ ഉൾപ്പെടെ) മുഖ്യമന്ത്രിയായിരിക്കു മ്പോൾ, പ്രതിപക്ഷത്തിരുന്നുകൊണ്ട് മലബാറിലെ കർഷകരോട് കാണി ക്കുന്ന അവഗണനയിൽ പ്രതിഷേധിച്ച് നിയമസഭയിൽ ഒച്ചപ്പാടുണ്ടാക്കി. മദിരാശി നിയമസഭ പിക്കറ്റ് ചെയ്യുന്നതിനുവേണ്ടി മലബാറിൽ നിന്നൊരു സന്നദ്ധ സേവാസംഘത്തെ സംഘടിപ്പിക്കുന്നതിലും ഈ സോഷ്യലിസ്റ്റു കാരൻ മുൻപന്തിയിൽനിന്ന് പ്രവർത്തിച്ചു. കാപ്പി കർഷകരുടെ അവ കാശസംരക്ഷണത്തിനുവേണ്ടി സമഗ്രമായൊരു ബില്ലു കൊണ്ടുവരാൻ പ്രവർത്തിച്ചവരുടെ മുൻപന്തിയിലും ധീരോദാത്തനായ ഈ ഉത്പ തിഷ്ണു സേവനനിരതനായി മുന്നോട്ടുവന്നു.

കേരള കലാസമിതിയുടെ സാംസ്കാരിക പ്രവർത്തനങ്ങൾക്ക് കയ്യ യച്ച് സംഭാവന ചെയ്തു. 1954-ലെ ജൂബിലി ആഘോഷങ്ങളുടെ ചെയർ മാനായിരുന്നു. രാഷ്ട്രീയപ്രവർത്തകർക്കും സാമൂഹികപ്രവർത്തകർക്കും സാംസ്കാരിക പ്രവർത്തകർക്കും ഉദാരമായി സംഭാവനകൾ നൽകി. കക്ഷിഭേദങ്ങളന്യേ, തന്റെ വീട്ടിൽ സഹായത്തിന്നായി കയറിവരുന്ന ആരെയും വെറുംകയ്യോടെ മടക്കി പറഞ്ഞയയ്ക്കുന്ന പതിവില്ലായിരുന്നു. വലഞ്ഞു ചെല്ലുന്നവന്റെ വയറുനിറച്ച് ഭക്ഷണം നൽകണമെന്ന നിർ ബന്ധബുദ്ധി അദ്ദേഹത്തെ മറ്റു പല മുതലാളിമാരിൽനിന്നും വ്യത്യസ്ത നാക്കി തീർത്തു. താൻ വിശ്വസിക്കുന്ന പ്രത്യയശാസ്ത്രത്തിന്റെ പ്രചരണത്തിനും വിജയത്തിനുംവേണ്ടി എന്തു വിലകൊടുക്കാനും തയ്യാ റുള്ള ഒരു മനസ്സിന്നുടമയായിരുന്നു, ഈ വിവാദപുരുഷൻ. വാശിയും വീറും പുലർത്തുമ്പോഴും കാരുണ്യം കൈവിടാൻ തയ്യാറില്ലാത്ത ഒരു സാധാരണത്വം ഈ മഹാപുരുഷന്റെ വ്യക്തിത്വത്തിൽ അലിഞ്ഞുചേർന്നി രുന്നു.

1964ൽ തന്റെ നാല്പത്തിയേഴാമത്തെ വയസ്സിൽ പത്മപ്രഭാഗൗഡർ അകാലത്തിൽ അന്തരിച്ചു. ഇദ്ദേഹത്തിന്റെ നേരെ അനുജനാണ് എം.കെ. ജിനചന്ദ്രൻ. ഇദ്ദേഹം കോൺഗ്രസ്സ് ടിക്കറ്റിൽ പാർലിമെന്റിലേക്ക് തിര ഞ്ഞെടുക്കപ്പെട്ട ആദ്യത്തെ വയനാട്ടുകാരനായിരുന്നു.

പത്മപ്രഭാഗൗഡരുടെ മൂത്തമകനാണ് പ്രശസ്ത വാഗ്മിയും എഴുത്തു കാരനും ചിന്തകനുമായ എം.പി. വീരേന്ദ്രകുമാർ, പത്മപ്രഭ എന്ന നെയ്ത്തിരിയിൽനിന്നും കൊളുത്തിയ ദീപശിഖ!

ഔദാര്യനിധിയായ മഹാനുഭാവൻ

യശശ്ശരീരനായ ആർ. കൃഷ്ണസ്വാമിറെഡ്ഡ്യാരെ എങ്ങനെ അവതരിപ്പിക്കണമെന്നറിഞ്ഞുകൂടാ. ഹൃദ്യവും സ്വതന്ത്രവുമായ താമസസൗകര്യത്തിനും സുഖകരമായ ദർശനത്തിനുംവേണ്ട ഏർപ്പാടുകൾ ചെയ്തു തരണമെന്നഭ്യർത്ഥിച്ചുകൊണ്ടുള്ള കത്തുകൾ. അതിനിടയിൽ കുങ്കുമം, കേരളശബ്ദം എന്നീ വാരികകൾക്കുവേണ്ടിയുള്ള പ്രചാരണം. (കുങ്കുമത്തിനുവേണ്ടി വലിയൊരു നോവലെഴുതാൻ എന്നെ പ്രേരിപ്പിച്ചത് 'മുതലാളി'യായിരുന്നു) ഞാനദ്ദേഹത്തെ ഒരിക്കലും കൃഷ്ണസ്വാമി റെഡ്ഡ്യാർ എന്ന് മുഖത്തുനോക്കി വിളിച്ചിട്ടില്ല. 'മുതലാളി'യെന്ന് മറ്റുള്ളവർ വിളിക്കുന്നതുകേട്ട് ഞാനും അതാവർത്തിച്ചു എന്നതല്ലാതെ, ഞങ്ങൾ തമ്മിലുള്ള ബന്ധത്തിൽ ഒരിക്കലും ഉച്ചനീചത്വങ്ങൾ അനുഭവപ്പെട്ടിരുന്നില്ല.

വ്യത്യസ്തനായ ഒരു സുഹൃത്തിനെപ്പോലെയാണദ്ദേഹം എന്നോടു പെരുമാറിയിട്ടുള്ളത്. ഞാനും അദ്ദേഹത്തെ എന്റെ ഒരു ഉത്തമനായ അഭ്യുദയകാംക്ഷിയായിട്ടാണ് അവസാനനിമിഷംവരെ കണ്ടിരുന്നത്. നൂറുശതമാനവും മുതലാളിയോട് കൂറുള്ളവനായിരിക്കുക എന്ന എന്റെ വ്രതം അദ്ദേഹവുമായി കൂടുതലിടപഴകുവാൻ അവസരങ്ങൾ നൽകി. സ്വന്തം ദൗർബല്യങ്ങളടക്കം സർവ്വതും മറച്ചുവെക്കാതെ അദ്ദേഹത്തിന്റെ മുമ്പിൽ മലർക്കെ തുറന്നുവെച്ചു. ചതിയുടെയും വഞ്ചനയുടെയും ഉപജാപത്തിന്റെയും മാർഗ്ഗങ്ങളെവിട്ട് നേർവഴിക്ക് സഞ്ചരിക്കാൻ ഇരുകൂട്ടർക്കും ആ ബന്ധം വളരെയേറെ പ്രയോജനപ്പെട്ടു. ഗുരുവായൂരപ്പനുമായി ഇടയ്ക്കിടെ ബന്ധപ്പെടുവാൻ മുതലാളി തിടുക്കംകൂട്ടിക്കൊണ്ടിരുന്നു. മാസത്തിൽ ഒരു തവണയെങ്കിലും അദ്ദേഹം ഗുരുവായൂരപ്പനെ കണ്ട് തൊഴുതു വന്ദിച്ചു.

"എല്ലാം വളരെ വലുതാവണം. നന്നേ ചെറിയതൊന്നും ആവശ്യമില്ല. നൂറോ നൂറ്റമ്പതോ ലക്കങ്ങൾ വരാവുന്നതായാലും വിരോധമില്ല. ഞാനവിടെ ഉള്ളേടത്തോളംകാലം പ്രസിദ്ധീകരണത്തിന് ഉടക്കുവരികയില്ല. പ്രതിഫലം മുൻകൂറായി തരും. അഡ്വാൻസ് വേണമെങ്കിൽ അതും തരാം. സാധനം പറഞ്ഞ തീയതിക്ക് എഴുതിത്തരണം. അത്രമാത്രം.

കളിപ്പിക്കാൻ പറ്റുകയില്ല." അദ്ദേഹം ഒരു ദിവസം ഞാൻ താമസിക്കുന്ന കെട്ടിടത്തിന്റെ രണ്ടാംനിലയുടെ കോണി കയറിവന്ന് പാതി ഗൗരവമായും പാതി തമാശരൂപത്തിലും പറഞ്ഞു.

ഞാൻ അദ്ദേഹത്തോട് വിനയാന്വിതനായറിയിച്ചു. "നൂറ്റിയമ്പത് ലക്കം വരുന്ന നോവലാണെഴുതിയിരിക്കുന്നത്. പേര് 'ആനപ്പക'. പശ്ചാത്തലം ഗുരുവായൂരും പരിസരവുംതന്നെ. പക്ഷേ, ഇത്തരമൊരു നോവൽ ആദ്യമായിട്ടാണ് മലയാളത്തിൽ വരുന്നത്. എല്ലാം മുതലാളിയുടെ ഇഷ്ടത്തിന് വിട്ടുതരുന്നു. സ്വന്തമായൊരു വീട് ഇനിയുമായിട്ടില്ല. അഞ്ചു സെന്റ് ഭൂമി സ്വന്തമായി തറവാട്ടിൽനിന്നും വാങ്ങിയിട്ടുണ്ട്. അതിലൊരു വീട് വെക്കണം. പണം ഒന്നും കൈയിലില്ല. മുതലാളി അനുഗ്രഹിക്കുകയാണെങ്കിൽ ഞാൻ രക്ഷപ്പെടും." പ്രതിഫലത്തിന്റെ കാര്യം ഞാനദ്ദേഹവുമായി ചർച്ച ചെയ്തിട്ടില്ല. മാന്യമായ പ്രതിഫലം ലഭിക്കുമോ? അതോ, സാധാരണ മുതലാളിമാരെപ്പോലെ, കൃഷ്ണസ്വാമിയും പെരുമാറുമോ?

എന്റെ ഗുരുവായൂരപ്പാ! സ്വന്തമായൊരു വീട് എനിക്കെന്നാണ് ഉണ്ടാവുക? നേരത്തെ പ്രതിഫലം പറഞ്ഞ് ഉറപ്പിക്കേണ്ടതായിരുന്നു. തെറ്റു പറ്റിയോ? ഇല്ല. ഇത്രയും നല്ല ഒരു വ്യക്തിക്ക് മറിച്ചെതിരായെന്തെങ്കിലും ഒരു തീരുമാനം എടുക്കാൻ കഴിയുമോ?

എഴുതിത്തീർത്ത മാറ്റർ ഞാനദ്ദേഹത്തിന് കാണിച്ചുകൊടുത്തു.

"ആട്ടെ, എത്ര രൂപ പ്രതിഫലം പ്രതീക്ഷിക്കുന്നുണ്ട്?"

ഞാൻ നേരിട്ട് മറുപടി പറയാതെ ഇത്രമാത്രം അദ്ദേഹം കേൾക്കത്തക്കവിധം പറഞ്ഞു:

"പതിനായിരം രൂപ കിട്ടിയാൽ വീട് കയറ്റാമായിരുന്നു. നേർപകുതി കിട്ടിയാലും ഞാൻ സംതൃപ്തനാണ് – ഈ നോവൽ അങ്ങയുടെ വാരികയ്ക്കല്ലാതെ ഞാൻ മറ്റാർക്കും ഒരു കാരണവശാലും കൊടുക്കയില്ല." അദ്ദേഹം പതിവുപോലെ ചിരിച്ചു. 'അത്രയൊന്നും പണം, താങ്കൾ വിചാരിക്കുന്നപോലെ, പ്രതിഫലമായി വാരിക്കോരി കൊടുക്കാറില്ല. എങ്കിലും താങ്കൾക്ക് പേഴ്സണലായ പ്രത്യേക പരിഗണന നൽകുന്നുണ്ട് – മാറ്റർ തന്നോളൂ. പ്രതിഫലം വഴിയേ തന്നു തീർത്തുകൊള്ളാം."

മാറ്റർ ഏറ്റുവാങ്ങി മുതലാളി കാറിൽ കയറി. എന്റെ കണ്ണ് നിറഞ്ഞിരുന്നു. ഒരു മൂവായിരം രൂപയെങ്കിലും അഡ്വാൻസ് ചോദിക്കാമായിരുന്നു. മാറ്റർ മുഴുവനും നേരിട്ട് ഏല്പിച്ച സ്ഥിതിക്ക് പ്രതിഫലത്തെക്കുറിച്ച് സൂചിപ്പിക്കേണ്ടതായിരുന്നു. ഒന്നും നടന്നില്ല. അത്രയും അടുപ്പത്തോടെ പെരുമാറുന്ന ഒരാളോട് എങ്ങനെ കണക്ക് പറയും?

ഇതികർത്തവ്യതാമൂഢനായി ഞാൻ മുറിയിൽ പോയിരുന്നു. ആ രാത്രി മുഴുവനും ആലോചനയായിരുന്നു. നാലരവർഷം മിനക്കെട്ടിരുന്ന്

എഴുതിയുണ്ടാക്കിയതാണ്. ഒറ്റയടിക്കിരുന്ന് എഴുതാൻ പറ്റാത്ത അന്തരീക്ഷം. അടിയന്തിരാവസ്ഥയുടെ കാറും കോളും നിറഞ്ഞ ചുറ്റുപാടുകൾ.

പതിനായിരം രൂപ പ്രതിഫലം?

കൃഷ്ണസ്വാമി റെഡ്യാരുടെ മനസ്സിനെ എനിക്ക് അപഗ്രഥിക്കാൻ കഴിഞ്ഞില്ല. ഞാൻ പ്രതീക്ഷിച്ചതിലും കവിഞ്ഞ തുകയാണെനിക്ക് അദ്ദേഹം പ്രതിഫലമായി നൽകിയത്. അയ്യായിരം ഉറുപ്പികയുടെ ഒരു മാസത്തെ അവധി വെച്ചുകൊണ്ടുള്ള ചെക്കും അയ്യായിരം ഉറുപ്പിക റൊക്കമായും എനിക്കു നൽകി. അയ്യായിരം ഉറുപ്പിക! നൂറിന്റെ അമ്പതു പുതുമണം വിടാത്ത നോട്ടുകൾ. അത്രയും വലിയ ഒരു പ്രതിഫലം എനിക്കതിനു മുമ്പോ പിമ്പോ ഏതെങ്കിലും വാരികയിൽനിന്ന് കിട്ടിയതായി ഓർക്കുന്നില്ല. ഈ ഔദാര്യനിധിയുടെ കാരുണ്യംകൊണ്ടാണ് ഗുരുവായൂർ ക്ഷേത്രത്തിനടുത്ത് പത്തുസെന്റ് സ്വന്തം ഭൂമിയിൽ ചെറിയൊരു വീട് പണിയുവാൻ എനിക്ക് സാധിച്ചതെന്ന് ഞാനീ സന്ദർഭത്തിൽ അനുസ്മരിക്കുന്നു. ഈ പതിനായിരം രൂപ എന്റെ കൈയിൽ ഒറ്റയടിക്കു വന്നു ചേർന്നില്ലായിരുന്നുവെങ്കിൽ, ഞാനൊരു വീടുപണിക്ക് മുതിരുമായിരുന്നില്ല. ഈ പതിനായിരം രൂപകൊണ്ടാണോ ഗുരുവായൂരിൽ ഭൂമിയും പറമ്പും സ്വന്തമാക്കിയത് എന്നു ചോദിച്ചാൽ, അല്ല എന്നുതന്നെയാണ് ഉത്തരം. എങ്കിലും അടിത്തറ മുതലാളിയുടെ സന്മനസ്സാണെന്ന കാര്യത്തിൽ തർക്കമില്ല. എനിക്ക് സ്വന്തമായൊരു വീടുണ്ടായിക്കാണാൻ അദ്ദേഹം അത്രമേൽ ആശിച്ചിരിക്കാം.

ആനപ്പകയും മുതലാളിയും

'ആനപ്പക' എന്ന നോവലിന് പതിനായിരം ഉറുപ്പിക പ്രതിഫലം നൽകിയ കാര്യം മറ്റാർക്കും ഇന്നുവരെ അറിയാത്ത ഒരു രഹസ്യമാണ്. അത് മറ്റ് എഴുത്തുകാരെ അറിയിക്കാതിരിക്കാൻ അദ്ദേഹം എന്നെ പ്രത്യേകമായി ഉപദേശിച്ചു. അന്ന് കുങ്കുമത്തിന്റെ ചീഫ് എഡിറ്റർ യശശ്ശരീരനായ, പ്രസിദ്ധ നോവലിസ്റ്റും കഥാകൃത്തുമായ ഉറൂബായിരുന്നു. ഉറൂബിനെപ്പോലും ഈ രഹസ്യം മുതലാളി അറിയിക്കുകയുണ്ടായില്ല എന്നുള്ളതാണ് വാസ്തവം. ദീർഘദർശിത്വവും പ്രായോഗികജീവിതപരിജ്ഞാനവും വേണ്ടതിലധികമുള്ള മുതലാളി ഈ രഹസ്യം ഒളിച്ചുവെച്ചതിന് ഒട്ടേറെ കാരണങ്ങളുണ്ടെന്ന് പിന്നീട് മനസ്സിലാക്കാൻ എനിക്കു സാധിച്ചു. പതിനായിരം ഉറുപ്പിക തന്ന് എന്നെ സന്തോഷിപ്പിക്കുക മാത്രമല്ല അദ്ദേഹം ചെയ്തത്. ആ നോവൽ പ്രസിദ്ധീകരിക്കുന്നതിനു മുമ്പായി ഒട്ടേറെ പരസ്യങ്ങൾ ചെയ്തു. ട്രൈകളറിലുള്ള വാൾപോസ്റ്ററുകൾ പ്രധാന നഗരങ്ങളിൽ ഒട്ടിച്ചു. പ്രസിദ്ധീകരണത്തീയതി അനൗൺസ് ചെയ്തു

കൊണ്ട് 'പരസ്യകല' വേണ്ടവിധത്തിൽ പ്രയോജനപ്പെടുത്തി. മലയാളത്തിലെ പ്രമുഖ പത്രങ്ങളിൽ പ്രസിദ്ധീകരണത്തീയതി അനൗൺസ് ചെയ്തു. അതുകൊണ്ട് കുങ്കുമത്തിനും നോവലിസ്റ്റിനും ഒരുപോലെ പ്രസിദ്ധി കൈവരാൻ അവസരം ലഭിച്ചു. (1973 ജൂൺ 3-ാം തീയതി മുതൽക്ക് 'ആനപ്പക' കുങ്കുമത്തിൽ പ്രസിദ്ധീകരണം ആരംഭിച്ചു. 1975 ആഗസ്റ്റ് 10-ാം തീയതി ഈ നോവൽ അവസാനിച്ചു.) നൂറ്റിനാലു ലക്കങ്ങൾ. അതായത് രണ്ടു വർഷം രണ്ടുമാസം. അത്രയും ദീർഘകാലം പ്രസിദ്ധീകരിച്ച ഒരു നോവൽ അതുവരെ മലയാളത്തിന്റെ ചരിത്രത്തിലുണ്ടായിട്ടില്ല. ദീർഘമായ ഈ നോവൽ അനേകായിരം വായനക്കാരെ ആകർഷിക്കുകയുണ്ടായി. നൂറുകണക്കിനുള്ള വായനക്കാരുടെ അഭിപ്രായം കുങ്കുമം ആഫീസിൽ കുന്നുകൂടി. ഒട്ടേറെ പ്രശംസ വാരിക്കോരി ചൊരിയുന്ന കത്തുകൾ അദ്ദേഹം എന്റെ മേൽവിലാസത്തിൽ ഗുരുവായൂരിലേക്കയച്ചുതന്നു. പ്രസക്തങ്ങളായ കുറേ കത്തുകൾ കുങ്കുമത്തിൽത്തന്നെ പ്രസിദ്ധീകരിച്ചു.

'ആനപ്പക' എന്ന നോവൽ അവസാനിച്ച ലക്കത്തിൽ ഉറൂബിനെക്കൊണ്ടൊരു എഡിറ്റോറിയൽ തയ്യാറാക്കിച്ചു. ഉറൂബിന്റെ ആ കുറിപ്പും എനിക്കു വലിയൊരനുഗ്രഹമായി പരിണമിച്ചുവെന്ന് പിന്നീടുള്ള സംഭവവികാസങ്ങൾ തെളിയിച്ചു. ഇതിന്റെയെല്ലാം പിന്നിൽ പ്രവർത്തിച്ചത് കൃഷ്ണസ്വാമി റെഡ്യാർ എന്ന ആ വലിയ മനുഷ്യനായിരുന്നു. ആകാരത്തിലും പ്രവൃത്തിയിലും ഒരുപോലെ വലുപ്പം കാണിച്ച മറ്റൊരു പത്രമുടമയെ എനിക്കു വേറെ ഓർമ്മിക്കാനില്ല. ശ്രീ.ആർ. കൃഷ്ണസ്വാമി റെഡ്യാരോടുള്ള കടപ്പാട് 'ആനപ്പക'യുടെ ഒന്നാംപതിപ്പിന് എഴുതിയ ആമുഖത്തിൽ ഞാൻ വ്യക്തമാക്കിയിട്ടുണ്ട്. (1976 സെപ്തംബറിലാണ് ഒന്നാം പതിപ്പ് പുറത്തുവന്നത്.) ഈ കാലയളവിനുള്ളിൽ മൂന്നു പതിപ്പ് പുറത്തു വന്നുകഴിഞ്ഞു. മൂന്നാംപതിപ്പിന് 55 ക. വിലയായിരുന്നിട്ടും ആ കോപ്പികളും ഇപ്പോൾ വിറ്റുതീർന്നിരിക്കുന്നു. മുതലാളി പ്രവചിച്ചതെല്ലാം അക്ഷരാർത്ഥത്തിൽ സത്യമായി പരിണമിച്ചു. എന്റെ സാമ്പത്തികദുരിതങ്ങൾക്കൊരു പരിഹാരമാകും ഈ കൃതി എന്ന് അദ്ദേഹം പ്രസിദ്ധീകരണത്തിനു മുമ്പായിത്തന്നെ പ്രവചിച്ചു. ആ പ്രവചനം സാക്ഷാത്കരിച്ചുവെന്നുള്ളതിന് എനിക്കും അദ്ദേഹത്തിനും ഒരുപോലെ ചാരിതാർത്ഥ്യത്തിന് ഇടനൽകുന്നു.

എത്രയെത്ര പാരിതോഷികങ്ങൾ; എന്തുപകാരങ്ങൾ!

എല്ലാ വർഷവും എനിക്കദ്ദേഹം ഒരു സമ്മാനപ്പൊതി നൽകാറുണ്ട്. അതിൽ രാധാസ് സോപ്പുകളുടെ കെയ്സുകൾ, ലതർ ബാഗ്, ടോക്കൺ, ഫ്ളവർവെസൽ, പെന്നുകൾ, പെൻസിലുകൾ, ഡയറികൾ, കലണ്ടറുകൾ എന്നിവ ഉൾപ്പെടുന്നു. ഒന്നാംതരം ഒരു ഫോറിൻ സൂട്ട്കെയ്സ് ഇന്നും

അദ്ദേഹത്തിന്റെ പരമപവിത്രമായ ഓർമ്മയ്ക്കുവേണ്ടി ഞാനെന്റെ വീട്ടിൽ കേടുകൂടാതെ സൂക്ഷിച്ചുവെച്ചിട്ടുണ്ട്. 1970 മുതൽക്കാരംഭിച്ച ഞാനും മുതലാളിയും തമ്മിലുള്ള സുദൃഢമായ ആത്മബന്ധം അദ്ദേഹം മരിക്കുന്നതുവരെയും തുടർന്നുപോകാൻ എനിക്കു സാധിച്ചുവെന്നുള്ളത് ഞാനിന്നും എന്റെ ജീവിതത്തിലെ പരമഭാഗ്യമായി കരുതുന്നു. അദ്ദേഹം അത് ആപൽഘട്ടത്തിലും പ്രതിസന്ധിയിലും എന്നെ കൈവിടാതെ സ്നേഹിച്ചനുഗ്രഹിച്ചിട്ടുള്ള മഹാനുഭാവനാണ്, എന്റെ ഏറ്റവും അടുത്ത അഭ്യുദയകാംക്ഷിയുമായിരുന്നു.

അടിയന്തിരാവസ്ഥയിൽ ജോലി നഷ്ടപ്പെട്ട് പ്രാണനുംകൊണ്ട് അറസ്റ്റിൽനിന്ന് ഒഴിവാകാൻ പരക്കം പാഞ്ഞിരുന്ന എന്നെ അദ്ദേഹം എറണാകുളത്തുള്ള ഒരു ഹോട്ടലിൽ ഒരാഴ്ചക്കാലം താമസിപ്പിച്ചു. എന്റെ ശരീരം മാത്രമല്ല അദ്ദേഹം കാത്തുരക്ഷിച്ചത്. നഷ്ടപ്പെട്ടുപോയ എന്റെ അഭിമാനത്തെ വീണ്ടെടുക്കുന്നതിനായി അദ്ദേഹം ആകാവുന്ന സാമ്പത്തിക സഹായങ്ങൾ ചെയ്തു. ജോലി രാജിവെക്കാതെ ആ പ്രതിസന്ധിയെ അതിജീവിച്ചുകൊണ്ട് പ്രവർത്തിക്കാൻ പ്രേരണ നൽകിയത് മുതലാളിയായിരുന്നു. ഒരു പരിതഃസ്ഥിതിയിലും ഗുരുവായൂർ ദേവസ്വത്തിലെ ജോലി നഷ്ടപ്പെട്ടുപോകാതിരിക്കാൻ, അദ്ദേഹം ആകാവുന്ന കേന്ദ്രങ്ങളിൽ തന്റെ സ്വാധീനശക്തി ചെലുത്താൻ മടിച്ചില്ല.

എണ്ണിയെണ്ണി പറയാവുന്ന എത്രയോ സംഭവങ്ങൾ എനിക്കദ്ദേഹത്തെക്കുറിച്ച് അനുസ്മരിക്കാനുണ്ട്. ഓർക്കാപ്പുറത്തുള്ള അദ്ദേഹത്തിന്റെ അകാലനിര്യാണം കേട്ട് ഞാൻ തളർന്നുവീഴുകയാണുണ്ടായത്. മൂന്നു ദിവസം ഞാനൊരേ കിടപ്പിൽ കിടന്നുകൊണ്ട് കണ്ണുനീർ വാർത്തു. ഏതാപൽഘട്ടത്തിലും സഹായിക്കാനോടിയെത്തുമായിരുന്ന ആ വലിയ മനുഷ്യന്റെ മരണം, വ്യക്തിപരമായി എനിക്കേറ്റവുമധികം ആഘാതമുണ്ടാക്കിയ സംഭവമാണ്. അദ്ദേഹം മരിക്കുന്നതുവരെ കുങ്കുമം, കേരളശബ്ദം, നാന, കുമാരി മുതലായ സ്വന്തം പ്രസിദ്ധീകരണങ്ങൾ സൗജന്യമായി അയച്ചുകൊണ്ടിരുന്നു. ആ വലിയ മനുഷ്യന്റെ മരണം എന്നെ പല നിലയിലും അനാഥനാക്കിയെന്നു പറഞ്ഞാൽ ഇന്നാരും അതത്ര വിശ്വസിക്കുമെന്നു തോന്നുന്നില്ല. 'ബലിക്കല്ല്' സിനിമയാക്കാമെന്ന വാഗ്ദാനവും അദ്ദേഹം നൽകിയിരുന്നു. നടന്നില്ല.

പ്രിയപ്പെട്ട കൃഷ്ണസ്വാമി മുതലാളി, അങ്ങ് സ്വർഗ്ഗലോകത്തിലിരുന്നുകൊണ്ട് ഈയുള്ളവനെ എന്നുമെന്നും അനുഗ്രഹിക്കുമെന്ന വിശ്വാസത്തോടെ ഞാനീ അനുസ്മരണക്കുറിപ്പ് അവസാനിപ്പിക്കുകയാണ്. എന്നെപ്പോലെയുള്ള ഒട്ടനവധി സുഹൃത്തുക്കളുടെ മനസ്സിൽ അങ്ങെന്നും ചിരഞ്ജീവിയായിത്തന്നെ വാഴും എന്ന കാര്യത്തിൽ ഒട്ടും സംശയിക്കേണ്ടതില്ല.

ഡോ. കെ.ബി. മേനോൻ:
രാഷ്ട്രീയത്തിലെ കെടാവിളക്ക്

സോഷ്യലിസ്റ്റ് പ്രസ്ഥാനത്തിന് അമൂല്യമായ സംഭാവന നൽകിയ ഒരു മഹാനുഭാവനാണ് ഡോ. കെ.ബി. മേനോൻ. ലാളിത്യം, സത്യസന്ധത, സ്നേഹം, ആത്മാർത്ഥത എന്നിവ ഒത്തിണങ്ങിയ ആദർശത്തിന്റെ ആൾരൂപമായിരുന്നു ഡോ. കെ.ബി. മേനോൻ. ആചാര്യ നരേന്ദ്രദേവ്, ജയപ്രകാശ് നാരായണൻ, അച്യുത്പട്വർദ്ധനൻ, ഡോ. രാംമനോഹർ ലോഹ്യ മുതലായ സോഷ്യലിസ്റ്റ് നവോത്ഥാനനായകന്മാർക്കൊപ്പം വെക്കാവുന്ന ഒരു നേതാവായിരുന്നു അദ്ദേഹം.

ഞാൻ ചാവക്കാട് ബോർഡ് ഹൈസ്കൂളിൽ പത്താംക്ലാസിൽ പഠിക്കുന്ന കാലത്താണ് ഡോ. കെ.ബി. മേനോനെ ആദ്യമായി കാണുന്നത്. അന്നു ഞാൻ ഐ.എസ്.ഒവിന്റെ ചാവക്കാട് യണിയന്റെ സജീവ പ്രവർത്തകനായിരുന്നു. (അക്കാലത്ത് ഹൈസ്കൂളുകളിൽ പാർലിമെന്റ് പരിശീലനം ഉണ്ടായിരുന്നു. ഞാൻ സ്കൂൾ പാർലിമെന്റിന്റെ സ്പീക്കറായിരുന്നു.)

സോഷ്യലിസ്റ്റാശയം എന്നിൽ സാംശീകരിപ്പിക്കുന്നതിൽ ഡോ. കെ.ബി. മേനോൻ വലിയൊരു പങ്കു വഹിച്ചിട്ടുണ്ട്. അദ്ദേഹത്തിന്റെ സ്റ്റഡി ക്ലാസുകളിൽ ഞാൻ പങ്കെടുത്തിട്ടുണ്ട്. സ്ഥിതിസമത്വം എന്നാലെന്താണെന്ന് ഞാൻ ആദ്യമായി മനസ്സിലാക്കിയത് അദ്ദേഹത്തിന്റെ രാഷ്ട്രീയ ക്ലാസുകളിൽ നിന്നായിരുന്നു. കാരുണ്യവും പാവങ്ങളോടുള്ള മമതയും ഇല്ലാത്ത നേതാക്കന്മാർ നയിക്കുന്ന ഏതു പ്രസ്ഥാനവും കാലാന്തരത്തിൽ മണ്ണടിഞ്ഞുപോകുമെന്ന് അദ്ദേഹം പറഞ്ഞിരുന്നു. കെ.ബി. മേനോന്റെ പ്രസക്തമായ വചനങ്ങൾ അന്ന് എന്നെ വളരെയധികം ഹഠാദാകർഷിച്ചിട്ടുണ്ട്. വടകരയിൽനിന്നു ജയിച്ച് പാർലിമെന്റ് മെമ്പറായതിനുശേഷം അദ്ദേഹം വടേക്കര ബാലകൃഷ്ണൻനായരുടെ (മാതൃഭൂമി മാനേജിംഗ് എഡിറ്ററായിരുന്ന വി.എം. നായരുടെ അനുജൻ) വീട്ടിൽ വന്നിട്ടുണ്ടെന്നറിഞ്ഞ് ഞാൻ അദ്ദേഹത്തെ പോയി കണ്ട് ദീർഘനേരം സംഭാഷണം നടത്തിയിട്ടുണ്ട്.

നാടിന്നുവേണ്ടി പ്രവർത്തിക്കുകയും നല്ലകാര്യങ്ങൾ ചെയ്യുകയും ചെയ്ത ഡോ. കെ.ബി. മേനോനെപ്പോലെയുള്ള നിസ്വാർത്ഥരായ മഹാന്മാരെ വിസ്മരിക്കുന്ന ഒരു കാലഘട്ടമാണിന്ന്. അത്തരം നേതാക്കളെ അനുസ്മരിക്കുന്നത് മഹത്തായ ഒരു കർമ്മമായിട്ടാണ് ഞാൻ കാണുന്നത്. കെ.ബി. മേനോനെപ്പോലെയുള്ള ഒരു സമുന്നത നേതാവിനെ അനുസ്മരിക്കാനുള്ള കൊളത്തോൾ രാഘവന്റെ ധീരോത്തമമായ സംരംഭത്തിന് അഭിനന്ദനങ്ങൾ.

ഡോ. കെ.ബി. മേനോന്റെ മഹനീയ സ്മരണയ്ക്കു മുമ്പിൽ ഞാൻ ആദരാഞ്ജലികൾ അർപ്പിക്കുന്നു.

പി.ആർ. കുറുപ്പ്: എതിരാളികൾക്ക് പേടിസ്വപ്നം അനുയായികൾക്ക് അഭയകേന്ദ്രം

കേരള രാഷ്ട്രീയത്തിലെ അതികായന്മാരിലൊരാളായിരുന്നു യശഃശരീര നായ സഖാവ് പി.ആർ. കുറുപ്പ്. പി.ആറിന്റെ മരണം എനിക്ക് എല്ലാം കൊണ്ടും വ്യക്തിപരമായി ഒരു നഷ്ടമാണ്. പൗരുഷമുള്ള നേതാവായി രുന്നു അദ്ദേഹം. തന്റെ തട്ടകത്തെ പ്രജാപതി എന്ന നിലയിൽ മാത്ര മല്ല, കേരളത്തിലെ സാമൂഹ്യ-രാഷ്ട്രീയ സാംസ്കാരികരംഗത്തെ ഇളക്കി മറിച്ച വ്യക്തിയെന്ന നിലയിലും അദ്ദേഹം സുവിദിതനാണ്. ഞാൻ ചാവ ക്കാട് ബോർഡ് ഹൈസ്കൂളിൽ പത്താംക്ലാസ്സിൽ പഠിക്കുന്ന കാലം മുതലേ പി.ആറിന്റെ രാഷ്ട്രീയപ്രസ്ഥാനവുമായി അടുപ്പത്തിലായിരുന്നു. സോഷ്യലിസ്റ്റ് പ്രസ്ഥാനം കെട്ടിപ്പടുക്കുന്നതിൽ പി.ആറുമൊത്ത് പ്രവർത്തിക്കാൻ എനിക്കവസരം ലഭിച്ചിട്ടുണ്ട്. സോഷ്യലിസ്റ്റ് പ്രസ്ഥാനം വളരുകയും പിളരുകയും വേർപിരിയുകയും ചെയ്ത നിരവധി ഘട്ട ങ്ങളുണ്ട്. അപ്പോഴെല്ലാം ഞാനുറച്ചുനിന്നത് പി.ആർ. കുറുപ്പിന്റെ ചേരിയി ലായിരുന്നു.

ഞാനും പി.ആർ. കുറുപ്പുമായുള്ള ബന്ധത്തിന്റെ നിതാന്ത സ്മാരക മാണ് ഗുരുവായൂർ ദേവസ്വത്തിൽ നടപ്പിലാക്കിയ കെ.എസ്.ആർ. ഒരു കാലത്തും ഗുരുവായൂർ ദേവസ്വം ജീവനക്കാർക്ക് കേരള സർവ്വീസ് റൂൾ പ്രകാരമുള്ള ആനുകൂല്യം ലഭിക്കാൻ യാതൊരു സാധ്യതയുമില്ലെന്നും അതിനുവേണ്ടിയാരും സമരം നടത്തേണ്ടതില്ലെന്നും പ്രഖ്യാപിച്ച ഒരു കാലഘട്ടത്തിലാണ് പി.ആർ. കുറുപ്പ് ഇടപെട്ട് ഗുരുവായൂർ ദേവസ്വം ജീവനക്കാർക്ക് കേരള സർവ്വീസ് റൂൾ നടപ്പിലാക്കിയതെന്ന കാര്യം ഇന്ന് പലരും മറന്നുപോയിട്ടുണ്ടാകാം. ചിലരൊക്കെ തങ്ങളാണ് കെ.എസ്.ആർ. നടപ്പിലാക്കിയതെന്ന് വീമ്പ് പറയാറുണ്ട്. പി.ആറിന്റെ മഹാമനസ്കത വ്യക്തമാവാൻ ഈയൊരൊറ്റ കാര്യം മാത്രം അനുസ്മരിച്ചാൽ മതി. 1968 മുതൽക്ക് കേരള സർവ്വീസ് റൂളിന്റെ മുഴുവൻ ആനുകൂല്യങ്ങളും അനു ഭവിച്ചുവരുന്ന ഗുരുവായൂർ ദേവസ്വം ജീവനക്കാരും മാറിമാറി വരുന്ന

ഭരണസമിതികളും പി.ആറിനെ ഓർമ്മിക്കാറുണ്ടോ? ഇല്ലെന്നാണെനിക്ക് തോന്നുന്നത്.

ഗുരുവായൂർ ദേവസ്വം ജീവനക്കാർ എക്കാലത്തും ഓർമ്മിക്കേണ്ട ഒരു നാമധേയമാണ് അദ്ദേഹത്തിന്റേത്. ഗുരുവായൂർ ദേവസ്വം എംപ്ലോയീസ് അസോസിയേഷന്റെ ആപ്പീസ് ആദ്യമായി ഉദ്ഘാടനം ചെയ്ത മന്ത്രിയായിരുന്നു പി.ആർ. (ആദ്യത്തെ ഇ.എം.എസ്. മന്ത്രിസഭയിലെ അംഗം. വകുപ്പ് ദേവസ്വവും സഹകരണവും - വർഷം 1968.)

സാഹിത്യപ്രവർത്തക സഹകരണസംഘത്തെ കടക്കെണിയിൽ നിന്നും രക്ഷിച്ചതിൽ പി.ആർ. കുറുപ്പിന് വലിയ പങ്കുണ്ടായിരുന്നു. ഞാനന്ന് സാഹിത്യപ്രവർത്തക സഹകരണസംഘം ഡയറക്ടർ ബോർഡിലെ ഒരംഗമായിരുന്നു. ലോട്ടറി അഴിമതിക്കേസിൽനിന്നും സംഘത്തെ രക്ഷിച്ചതും പി.ആർ. തന്നെ. ഡി.സി. കിഴക്കേമുറിയുടെ പേരിൽ ചാർജ്ജ് ചെയ്ത കേസ് ഒഴിവാക്കിയത് മന്ത്രി പി.ആർ. മുൻകൈയെടുത്തുകൊണ്ടായിരുന്നു.

സാംസ്കാരിക പ്രവർത്തകരോടും സാഹിത്യകാരന്മാരോടും കലാകാരന്മാരോടും പി.ആർ. അളവറ്റ ആദരവ് വെച്ചുപുലർത്തിയിരുന്നു. രാഷ്ട്രീയ പ്രവർത്തകന്റെ മേലങ്കി മാറ്റിവെച്ച് സാഹിത്യരംഗത്ത് കൂടുതൽ ശ്രദ്ധ ചെലുത്താനിറങ്ങിയ എന്നോടദ്ദേഹം എന്തെന്നില്ലാത്ത മമതയും സൗഹൃദവും പുലർത്താൻ മറന്നിരുന്നില്ല. ഞാൻ രാഷ്ട്രീയം തീർത്തും ഉപേക്ഷിച്ചപ്പോഴും അദ്ദേഹം പഴയ ചങ്ങാത്തം വേണ്ടെന്നുവെച്ചില്ല.

സാഹിത്യ പ്രവർത്തക സഹകരണസംഘത്തിന്റെ പ്രസിഡണ്ടായിരിക്കുമ്പോഴാണ് അദ്ദേഹത്തിന്റെ ആത്മകഥ (എന്റെ നാടിന്റെ കഥ, എന്റെയും) പ്രസിദ്ധീകരിക്കാൻ എനിക്ക് സാധിച്ചത്. പ്രസ്തുത കൃതി പ്രകാശനം ചെയ്തത് തകഴി ശിവശങ്കരപ്പിള്ളയായിരുന്നു. അന്നേ ദിവസം പാനൂർ ഹൈസ്കൂളിന്റെ വിശാലമായ ഗ്രൗണ്ടിൽ വെച്ച് ജ്ഞാനപീഠം ജേതാവായ തകഴിക്ക് അതിവിപുലമായ ഒരു സ്വീകരണം നൽകിയതും എന്റെ സ്മരണയിൽ ഇന്നും പച്ചപിടിച്ച് നിൽക്കുന്നുണ്ട്. ആ സമ്മേളനത്തിൽ കേരളത്തിലെ സാംസ്കാരികരംഗത്തെയും രാഷ്ട്രീയരംഗത്തെയും പല പ്രഗദ്ഭരും പങ്കെടുത്തിരുന്നു. പി.ആറിന്റെ 'ആഞ്ജനേയ സന്ദേശം' എന്ന കൃതി പാനൂരിലെ പി.ആർ. മന്ദിരത്തിൽ പ്രകാശനം ചെയ്യുവാനുള്ള അവസരം ഈയുള്ളവനാണൊരുക്കിയതെന്നും ഓർക്കുന്നു. എഴുപതാം പിറന്നാളിനോടനുബന്ധിച്ച് നടന്ന സാംസ്കാരിക സമ്മേളനത്തിൽ മലയാറ്റൂർ രാമകൃഷ്ണൻ, കാക്കനാടൻ തുടങ്ങിയവർ പങ്കെടുത്ത സന്ദർഭവും ഓർമ്മയിൽ തെളിയുന്നു.

കലാ-സാഹിത്യരംഗത്ത് പ്രവർത്തിക്കുന്നവർ ഏത് കക്ഷിയിൽപ്പെട്ടവരായിരുന്നാലും ശരി, പി.ആറിന്റെ കണ്ണിൽ ബഹുമാനിതരായിരുന്നു.

പലർക്കും സഹായഹസ്തം നീട്ടിയിട്ടുണ്ട്. ഒട്ടുവളരെപ്പേരെ രക്ഷിച്ചിട്ടുണ്ട്. ഔദ്യോഗികതലത്തിലും സാമ്പത്തികമായും.

ഗുരുവായൂരപ്പന്റെ ഭക്തനായിരുന്നു പി.ആർ. കുറുപ്പ്. ഗുരുവായൂരിൽ വരുമ്പോഴൊക്കെ അദ്ദേഹം എന്നെക്കുറിച്ചന്വേഷിച്ചിരുന്നു. എന്റെ വീട് അദ്ദേഹത്തിന്റെ സാന്നിധ്യംകൊണ്ട് പലപ്പോഴും അനുഗ്രഹിക്കപ്പെട്ടിട്ടുണ്ട്. ഞാൻ അദ്ദേഹം താമസിക്കുന്ന സ്ഥലത്ത് ചെന്നുകണ്ട് സംസാരിക്കാറുണ്ടായിരുന്നു. സൗഹൃദം പുതുക്കാനും മറന്നിരുന്നില്ല. 1957 മുതൽ നിരവധി തവണ അദ്ദേഹം എം.എൽ.എ ആയിരുന്നിട്ടുണ്ട്. രണ്ടു തവണ മന്ത്രിയും. കിട്ടിയ സന്ദർഭങ്ങളിലൊന്നുംതന്നെ സമീപിച്ചവരെ അദ്ദേഹം വെറുംകൈയോടെ പറഞ്ഞയച്ചിട്ടില്ല. എതിരാളികളെ സഹായിച്ചതിന്റെ കഥകളും പറയാനുണ്ട്. എതിരാളികൾക്ക് പി.ആർ. എന്നും ഒരു പേടി സ്വപ്നമായിരുന്നു. അനുയായികൾക്ക് ആശ്രയിക്കാവുന്ന അഭയ കേന്ദ്രവും. ഒരുപാട് സ്മരണകൾ അയവിറക്കാനുണ്ട്. അറുപതാംപിറന്നാളിൽ പുറത്തിറക്കിയ സുവനീറിൽ ഞാൻ അതിനെക്കുറിച്ചൊക്കെ എഴുതിയിട്ടുണ്ടെന്നാണ് എന്റെ ഓർമ്മ.

കർമ്മധീരനായ പി.ആർ. കുറുപ്പെന്ന വിജിഗീഷുവിന് ഈ ഒന്നാം ചരമവാർഷികത്തിൽ ആദരാഞ്ജലികളർപ്പിക്കുന്നു. അദ്ദേഹത്തെക്കുറിച്ചുള്ള മരിക്കാത്ത ഓർമ്മകളിലൂടെ ഒരു ധീര നൂതന സോഷ്യലിസ്റ്റ് യുഗം ഈ നാട്ടിൽ പിറക്കാനിടവരുമെന്ന വിശ്വാസത്തോടെ ഈ കുറിപ്പ് അവസാനിപ്പിക്കുന്നു.

കെ. കുഞ്ഞിരാമക്കുറുപ്പ്: ആദരണീയനായ വല്യമ്മാമൻ

രാഷ്ട്രീയപ്രവർത്തനം ഒരുതരം മുച്ചീട്ടുകളിയായി മാറിയിരിക്കയാണിന്ന്. മൂല്യാധിഷ്ഠിതരാഷ്ട്രീയം കേവലം ഏട്ടിലെ പശു മാത്രമാണെന്നു സമീപ കാലസംഭവങ്ങൾ തെളിയിച്ചുകഴിഞ്ഞിരിക്കുന്നു. അധികാരത്തിന്റെ സോപാനത്തിൽ കയറിക്കൂടുന്നതിന് ഇന്നെന്തു ഹീനമാർഗ്ഗങ്ങളും സ്വീകരിക്കാമെന്ന നില കൈവന്നിരിക്കയാണ്. പാവപ്പെട്ടവരുടെയും അധഃസ്ഥിതരുടെയും നാമധേയത്തിൽ നാവൂറുപാടുന്ന നേതാക്കന്മാരെ കണ്ടു ജനം മടുത്തിരിക്കയാണ്. എം.എൽ.എ. സ്ഥാനവും മന്ത്രിസ്ഥാനവുമൊക്കെ ഒരു സ്ഥിരം ഉപജാപകസംഘത്തിന്റെ കൈപ്പിടിയിലും വ്യക്തികളിലും ഒതുങ്ങിക്കിടക്കുകയാണ്. കൂറുമാറ്റവും കാലുമാറ്റവും ചേരിമാറ്റവും കക്ഷികൾക്കിടയിലെ പിളർപ്പുകളും ഒരു കലാപരിപാടിയെന്നവണ്ണം ഇന്ത്യൻരാഷ്ട്രീയത്തിൽ തുടർന്നുകൊണ്ടിരിക്കുകയാണ്. എല്ലാവർക്കും അധികാരവും സ്ഥാനമാനങ്ങളും സമുന്നതപദവികളും കയ്യാളണം. പണവും പ്രശസ്തിയും നേടി ഉന്നതങ്ങളിൽ സ്ഥിരമായി വിരാജിക്കണം. അഴിമതി, സ്വജനപക്ഷപാതം, കൈക്കൂലി എന്നിവയെല്ലാം പഴയ രാഷ്ട്രീയപ്രവർത്തകന്മാർക്കു വർജ്ജ്യങ്ങളായിരുന്നു. സേവ, ശിപാർശി, കൈക്കൂലി എന്ന സംഭാവന ഇവയൊക്കെ ഒരുകാലത്ത് രാഷ്ട്രീയ പ്രവർത്തനശൈലിയുടെ ഭാഗമായിരുന്നില്ല.

'ത്യാഗമെന്നതേ നേട്ടം, താഴ്മതാനഭ്യുന്നതി' – അതൊക്കെ പ്രസംഗവേദിയിൽ കയറിനിന്ന് ഉദ്ഘോഷിക്കാവുന്ന വചനങ്ങൾ മാത്രം. ഈ പശ്ചാത്തലത്തിൽ കെ. കുഞ്ഞിരാമക്കുറുപ്പിനെ വിലയിരുത്തിയാൽ ആ ജീവിതം ഈ കാലഘട്ടത്തിനു യോജിച്ചതാണോ എന്ന് ആരും സംശയിച്ചുപോകും.

കെ. കുഞ്ഞിരാമക്കുറുപ്പ് എന്നും അധികാരസ്ഥാനങ്ങൾക്കു പുറത്തുനിന്നു പ്രവർത്തിച്ച ത്യാഗിവര്യനായ, ആദർശോജ്ജ്വലനായ സോഷ്യലിസ്റ്റ് നേതാവാണെന്ന കാര്യത്തിൽ സംശയത്തിനിടവരുന്നില്ല. തന്റെ എഴുപത്തിയഞ്ചു വർഷത്തെ ജീവിതത്തിനിടയിൽ ഒരുതവണയെങ്കിലും

എം.പി.യോ, എം.എൽ.എയോ ആയിട്ടദ്ദേഹം വിരാജിച്ചിട്ടില്ല. ഏതെങ്കിലും കോർപ്പറേഷന്റെ ചെയർമാൻസ്ഥാനംപോലും അദ്ദേഹം കയ്യാളിയിട്ടുണ്ടോ എന്നറിഞ്ഞുകൂടാ. അധികാരസ്ഥാനങ്ങളിൽ കയറിപ്പറ്റാൻ ആദർശങ്ങളെ ബലികഴിക്കാൻ അദ്ദേഹത്തിന്റെ മനഃസാക്ഷി ഒരിക്കലും കൂട്ടാക്കിയിരുന്നില്ല. അതുകൊണ്ട് ഭൗതികനേട്ടങ്ങളുടെ പട്ടിക നിരത്തുമ്പോൾ കുഞ്ഞിരാമക്കുറുപ്പിന്റെ വ്യക്തിജീവിതത്തെ നിറംപിടിപ്പിക്കുന്ന മെഡലുകളുടെ പരിവേഷം കാണുകയില്ല. മുൻ എം.എൽ.എയെന്നോ എം.പി.യെന്നോ മന്ത്രിയെന്നോ പരിചയപ്പെടുത്താനില്ലാത്ത ഒരു വ്യക്തിക്ക് എങ്ങനെ സമകാലീനരാഷ്ട്രീയത്തിലെ ഒരു നക്ഷത്രമായി ശോഭിക്കാൻ കഴിഞ്ഞു? ആദർശത്തെയും സത്യത്തെയും ധർമ്മത്തെയും നീതിയെയും തീർത്തും തീറെഴുതി വിറ്റിട്ടില്ലാത്തവർക്ക് കെ. കുഞ്ഞിരാമക്കുറുപ്പെന്ന വ്യക്തിയുടെ ആദർശധീരതയുടെ പാത കല്ലും മുള്ളും നിറഞ്ഞതെങ്കിലും അപ്രാപ്യമായ ഒരിടുക്കുതൊഴുത്തല്ല.

വ്യക്തിസ്വാതന്ത്ര്യത്തിലും ക്വിറ്റിന്ത്യാസമരത്തിലും സജീവമായി പങ്കെടുത്ത് നിരവധി മർദ്ദനങ്ങളും കൊടിയ യാതനകളും അനുഭവിക്കേണ്ടിവന്നിട്ടുള്ള സഖാവ് കുഞ്ഞിരാമക്കുറുപ്പുമായുള്ള എന്റെ പരിചയത്തിന് ചുരുങ്ങിയത് നാല്പതു സംവത്സരത്തെ പഴക്കമെങ്കിലുമുണ്ട്. 1952-ൽ സഖാവ് കെ. കുഞ്ഞിരാമക്കുറുപ്പിന് മലബാർ പ്രദേശത്ത് നല്ല പിടിപാടുണ്ടായിരുന്ന ഐ.എസ്.പി. (ഇന്ത്യൻ സോഷ്യലിസ്റ്റ് പാർട്ടിയുടെ)യിലെ വിദ്യാർത്ഥിവിഭാഗത്തിന്റെ സജീവപ്രവർത്തകന്മാരിൽ ഒരാളായിരുന്നു ഞാൻ. ഐ.എസ്.പി. അസംബ്ലിയിലേക്ക് ഗുരുവായൂർ നിയോജകമണ്ഡലത്തിൽനിന്നും മത്സരിച്ചു. എ. മുഹമ്മദ് സാഹിബായിരുന്നു സ്ഥാനാർത്ഥി. വൃക്ഷമായിരുന്നു അടയാളം. ഈ വൃക്ഷപ്പെട്ടി സ്ഥാനാർത്ഥിയുടെ വിജയത്തിനുവേണ്ടി അഹോരാത്രം പ്രവർത്തിച്ചതിന്റെ പേരിൽ ഞാനെന്റെ വീട്ടിൽനിന്നും ബഹിഷ്കൃതനായി. എന്റെ അച്ഛൻ ഒരു സജീവ കോൺഗ്രസ്സ് മനോഭാവക്കാരനായിരുന്നു.

അച്ഛന്റെ പാർട്ടിയുടെ സ്ഥാനാർത്ഥി നെടിയംവീട്ടിൽ ഗോപാലമേനോൻ. മിസ്റ്റർ ഗോപാലമേനോൻ നല്ല ഭൂരിപക്ഷത്തിൽ വിജയിച്ചു. ഞാൻ ക്ലേശിച്ചു പ്രവർത്തിച്ച ഐ.എസ്.പി. സ്ഥാനാർത്ഥി മുഹമ്മദ് സാഹിബിന്റെ കെട്ടിവെച്ച പണം നഷ്ടപ്പെട്ടു. എന്നിട്ടും ഞാൻ സോഷ്യലിസ്റ്റ് പ്രസ്ഥാനവുമായുള്ള എന്റെ ബന്ധം വിച്ഛേദിച്ചില്ല. ഈ കാലങ്ങളിൽ ഞങ്ങളുടെ പ്രദേശത്ത് സോഷ്യലിസ്റ്റ് പ്രസ്ഥാനത്തിന് അടിത്തറയുണ്ടാക്കുന്നതിൽ ഡോ. കെ.ബി. മേനോനും കെ. കുഞ്ഞിരാമക്കുറുപ്പും വഹിച്ചിട്ടുള്ള പങ്ക് നിസ്സാരമായിരുന്നില്ല. കെ. കുഞ്ഞിരാമക്കുറുപ്പിന്റെയും പി.എം. കുഞ്ഞിരാമൻനമ്പ്യാരുടെയും ഡോ. കെ.ബി. മേനോന്റെയും ബി.സി. വർഗ്ഗീസിന്റെയും ആർ.എം. മനക്കലാത്തിന്റെയും സ്റ്റഡിക്ലാസ്സുകളിൽ വിദ്യാർത്ഥിയായിരിക്കുമ്പോഴേ ഞാൻ സജീവമായി

പങ്കെടുത്തിരുന്നത് ഓർമ്മയിൽ തെളിഞ്ഞുവരുന്നു. ആദർശനിഷ്ഠനായ കെ. കുഞ്ഞിരാമക്കുറുപ്പ് എന്നും എളിമയോടെ പ്രവർത്തിക്കുന്ന അടിയുറച്ച ഒരു സോഷ്യലിസ്റ്റ് നേതാവാണ്. മുഖമൂടിയണിയാത്ത നിഷ്കളങ്കനായ മനുഷ്യൻ. പരുഷമായി സംസാരിക്കുമ്പോൾപോലും കാപട്യം കൈമുതലാക്കി. പെരുമാറാനറിയാത്ത ശുദ്ധനായ നാട്ടിൻപുറക്കാരൻ. അല്പം ശുണ്ഠിയുണ്ടെങ്കിലും സോഷ്യലിസ്റ്റ് കുടുംബത്തിലെ അനന്തരവന്മാർ അന്യോന്യം കലഹിച്ചു. സ്വന്തം തറവാട് കുളംകോരുന്നത് കാണാനിഷ്ടപ്പെടാത്ത കാരണവർ. നല്ലൊരമ്മാമൻ. ഈ നിലയിലാണ് ഞാനദ്ദേഹത്തെ കാണുവാനിഷ്ടപ്പെടുന്നത്.

സോഷ്യലിസ്റ്റ് പ്രസ്ഥാനവുമായി ഒരിക്കലും വേർപിരിഞ്ഞിട്ടില്ലാത്ത നേതാവാണ് സഖാവ് കെ. കുഞ്ഞിരാമക്കുറുപ്പ്. 1952-ലും അറുപതുകളിലും എഴുപതുകളിലും ഞാൻ സോഷ്യലിസ്റ്റ് ആശയഗതികളുമായി പൊരുത്തപ്പെട്ട് കെ. കുഞ്ഞിരാമക്കുറുപ്പുമായി നിതാന്തസമ്പർക്കം പുലർത്തിയിരുന്നു. ഇന്നു ഞാനേതെങ്കിലും ഒരു പാർട്ടിയിൽ അംഗമല്ല. അതുകൊണ്ട് രാഷ്ട്രീയവേദികളിൽവെച്ച് സഖാവ് കുഞ്ഞിരാമക്കുറുപ്പുമായിട്ടുള്ള പഴയ ബന്ധങ്ങളില്ലെങ്കിലും വ്യക്തിയെന്നനിലയിൽ അദ്ദേഹം എനിക്കെന്നും ആദരണീയനായ വല്യമ്മാമനാണ്.

വൈദ്യമഠം:
ചികിത്സാനുഭവത്തിന്റെ പത്തരമാറ്റ്

ആയുർവ്വേദ ചികിത്സയ്ക്ക് ഞാനാദ്യമായി വിധേയനായത് കോട്ടയ്ക്കൽ ആര്യവൈദ്യശാല നഴ്സിംഗ് ഹോമിൽവെച്ച് പ്രശസ്ത ഭിഷഗ്വരനായ ഡോ. പി.കെ. വാരിയരുടെ സമീപത്താണ്. വലത്തേ കൈ തീർത്തും പ്രവർത്തനരഹിതമായ ഒരു ഘട്ടത്തിൽ (എഴുതാനും ഒരു തോർത്തു മുണ്ടു പിഴിയാൻപോലും വയ്യാത്ത സന്ദർഭം) ശരീരത്തിന്റെയും കഴുത്തിന്റെയും മരവിപ്പും കഠിനമായ വേദനയും മാറ്റി രോഗം നിശ്ശേഷം ശമിപ്പിച്ച് എനിക്ക് ഓജസ്സും തേജസ്സും നൽകിയ പുണ്യാത്മാവാണ് ഡോ. പി.കെ. വാരിയർ. അദ്ദേഹത്തെ ഞാൻ ഈ സന്ദർഭത്തിൽ ഓർത്തു പോയി.

രണ്ടാമത് ആയുർവ്വേദ ചികിത്സ നൽകി നിലവിലുള്ള രോഗത്തിൽ നിന്ന് മുക്തി നല്കിക്കൊണ്ടിരിക്കുന്ന മഹാനുഭാവനാണ് വൈദ്യമഠം ചെറിയ നാരായണൻ നമ്പൂതിരി. ഈ രണ്ടുപേരെയും എനിക്ക് രോഗത്തിൽനിന്ന് രക്ഷ നൽകിയ ഗുരുക്കന്മാരായേ കാണാൻ കഴിയൂ. ഇപ്പോൾ ഇവിടെ പരാമർശിക്കപ്പെടേണ്ട വ്യക്തി വൈദ്യമഠം ചെറിയ നാരായണൻ നമ്പൂതിരിയാണ്. എനിക്കു ലഭിച്ച ചികിത്സാനുഭവത്തിന്റെ ചെറിയൊരു കുറിപ്പെഴുതി അദ്ദേഹത്തോടുള്ള കടപ്പാട് രേഖപ്പെടുത്താൻ ഒരുങ്ങുന്നു എന്നുമാത്രം.

മേഴത്തൂരഗ്നിഹോത്രിയുമായി ബന്ധപ്പെട്ട വൈദിക സംസ്കൃതിയുടെ അറ്റുപോകാത്ത, സുദൃഢമായ ഒരു കണ്ണിയാണ് വൈദ്യമഠം ചെറിയ നാരായണൻ നമ്പൂതിരി. വൈദ്യമഠം വൈദ്യഭിഷഗ്വരന്മാരുടെ പരമ്പരയിൽ ചെറിയനാരായണൻ നമ്പൂതിരിയുടെ വന്ദ്യപിതാവ് വലിയ നാരായണൻ നമ്പൂതിരിപ്പാടിനെ കാണുവാനും പരിചയപ്പെടാനുമുള്ള സൗഭാഗ്യം ഈയുള്ളവന് ലഭിച്ചിട്ടുണ്ട്. (യശശ്ശരീരനായ തിരുനാമാചാര്യൻ ബ്രഹ്മശ്രീ: ആഞ്ഞം മാധവൻ നമ്പൂതിരിയുടെ ഗുരുവായൂരിലെ വാസസ്ഥലമായ നാരായണാലയത്തിൽ വെച്ച്) വൈദ്യമഠം വലിയ നാരായണൻ നമ്പൂതിരിയുടെ ചികിത്സാവിധികളെപ്പറ്റി എനിക്കു കേട്ടറിവേയുള്ളൂ.

അത്യദ്ഭുതകരങ്ങളായ ഒരുപാടനുഭവങ്ങൾ അദ്ദേഹത്തെക്കുറിച്ചു പറഞ്ഞുകേട്ടിട്ടുണ്ട്. ആ കഥ കേരളത്തിൽ പ്രചരിച്ചിട്ടുമുണ്ട്. എന്നാൽ ചെറിയ നാരായണൻനമ്പൂതിരിയുടെ ചികിത്സയ്ക്ക് ഞാൻ വിധേയനായിട്ടുണ്ട്. ഇപ്പോഴും അദ്ദേഹം എഴുതിത്തന്ന മരുന്നിന്റെ കുറിപ്പടികൾ പ്രകാരമുള്ള മരുന്നുകൾ യഥാവിധി, പഥ്യം തെറ്റാതെ മുറപോലെ സേവിച്ചുകൊണ്ടിരിക്കുന്നു. ഹൃദ്രോഗബാധയ്ക്കും ഹെർണിയയ്ക്കും പ്രമേഹത്തിനും പ്രശസ്തരായ ഡോക്ടർമാരുടെ നിർദ്ദേശപ്രകാരമുള്ള അലോപ്പതി ചികിത്സ ചെയ്തുകൊണ്ടിരിക്കെത്തന്നെയാണ് വൈദ്യമഠത്തിന്റെ ചികിത്സതേടി ഞാനദ്ദേഹത്തിന്റെ മേഴത്തൂരിലുള്ള ചികിത്സാകേന്ദ്രത്തിലെത്തിയത്.

അഷ്ടവൈദ്യൻ വൈദ്യമഠം ചെറിയ നാരായണൻനമ്പൂതിരി കേവലം ഒരു വൈദ്യനല്ല. ദൈവീകാംശം മുറ്റിനിൽക്കുന്ന ദേവനാണ്. അദ്ദേഹം പറയുന്നത് കൃത്യമായി അനുസരിച്ചാൽ രോഗശാന്തി കിട്ടുമെന്ന് ഒട്ടും സംശയിക്കേണ്ട. ഹാർട്ട് ബ്ലോക്കും പ്രമേഹരോഗവും മൂർദ്ധന്യത്തിലെത്തി നിൽക്കുമ്പോഴാണ് ഞാനദ്ദേഹത്തെ കണ്ടത്. ഞാനിപ്പോഴും എഴുന്നേറ്റു നടക്കുന്നത് ചെറിയ നാരായണൻ തിരുമേനിയുടെ ചികിത്സയുടെ പിന്തുണകൊണ്ടാണ്.

“രോഗത്തിനേ ചികിത്സയുള്ളൂ. ആയുസ്സിന് ചികിത്സയില്ല” എന്നു പറഞ്ഞ് അദ്ദേഹം എന്റെ ആസന്നമരണചിന്തകൾക്ക് ആശ്വാസം നല്കാറുണ്ട്. എന്തു ചെയ്യുമ്പോഴും ഏതെങ്കിലും ദൈവത്തിൽ (ഇഷ്ടദേവത) പൂർണമായി വിശ്വാസമർപ്പിക്കുക. ജപം, ധ്യാനം എന്നീ ചിട്ടവട്ടങ്ങളിൽ നിഷ്കർഷയുള്ളവർക്ക് പിടിച്ചുനിൽക്കാൻ കഴിയും. അങ്ങനെ ആകണമെങ്കിൽ ദൈവത്തിലും വൈദ്യനിലും പൂർണവിശ്വാസം ഉണ്ടാവണം.

എന്റെ ഉറക്കക്കുറവിനെക്കുറിച്ച് ഒരിക്കൽ അദ്ദേഹത്തോട് ഞാൻ പറഞ്ഞു: “ഉറക്കം കഷ്ടിയാണ്. ആയുർവ്വേദത്തിൽ ഉറങ്ങാൻ വല്ല മരുന്നുമുണ്ടോ?”

എന്റെ ചോദ്യം കേട്ട് അദ്ദേഹം ഗൂഢസ്മിതം പൊഴിച്ചു. എന്നിട്ട് തെല്ലൊരാലോചനയോടെ പറഞ്ഞു: “ഉറക്കത്തിന് ആയുർവ്വേദത്തിൽ ഒരു മരുന്നല്ല. പല മരുന്നുകളുമുണ്ട്. അതിൽ പറ്റിയ മരുന്നെന്താണെന്നാണ് ആലോചിക്കുന്നത്. ടെൻഷൻ ധാരാളം ഉണ്ടല്ലേ? എഴുത്തുകാർക്ക് ടെൻഷൻ കൂടപ്പിറപ്പാണ്. നല്ല എഴുത്തുകാർക്ക് ഏതാണ്ട് അടുത്തുണ്ടാകും...” അർത്ഥോക്തിയിൽ അദ്ദേഹം പറഞ്ഞുനിർത്തി.

ഉറക്കമില്ലായ്മയുടെ ഒട്ടേറെ കാരണങ്ങൾ ഞാൻ വൈദ്യമഠത്തിനു മുന്നിൽ നിരത്തി. അദ്ദേഹം ചോദിച്ചു:

“എന്തെണ്ണയാണ് തേക്കുന്നത്?”

“രാസ്നാദി.”

"എത്ര കൊല്ലമായി തേക്കാൻ തുടങ്ങിയിട്ട്?"

"എട്ടൊമ്പതു വർഷായിട്ടുണ്ടാവും."

"പതിവായി തേക്കുന്ന എണ്ണ തീർത്തും നിർത്തണമെന്നു ഞാൻ പറയുന്നില്ല. എങ്കിലും ഇതൊന്നു പരീക്ഷിച്ചുനോക്കൂ. ഇല്ലെങ്കിൽ വേറെയും ചില വിദ്യയുണ്ട്."

അദ്ദേഹം എഴുതിത്തന്ന കുറിപ്പടികളിൽനിന്ന്:

1. തൃഫലാദി വെളിച്ചെണ്ണ പച്ചകർപ്പൂരം പാത്രപാകം ചെയ്തു തലയിൽ തേക്കുക.
2. അര ജാതിക്കാ പരിപ്പ് ഉഴക്കു പാലിലിട്ട് ഒരു നാഴി വെള്ളം ചേർത്ത് കുറുക്കി ഉഴക്കാക്കി ജാതിക്ക അതിൽത്തന്നെ അരച്ചുചേർത്ത് രാത്രി ജാത്യാദിചൂർണ്ണം സേവിച്ച് അരമണിക്കൂർ കഴിഞ്ഞ് സേവിക്കുക.
3. നീർ മരുതിന്റെ തൊലി, ഏകനായകം, കാട്ടുജീരകം ഇവയിട്ടു തിളപ്പിച്ച വെള്ളം ഇടയ്ക്കിടയ്ക്ക് കുടിക്കുക. പ്രമേഹം മെല്ലെ കുറയ്ക്കാൻ കഴിയും.

ഹൃദ്രോഗത്തിന് അദ്ദേഹം കുറിച്ചുതന്ന മരുന്നും ഏറെ ഫലവത്തായിരുന്നു. അതേസമയം അലോപ്പതി ഡോക്ടർ പരിശോധിച്ചു കണ്ടെത്തിയ രോഗങ്ങൾക്ക് അദ്ദേഹം എഴുതിയ ഗുളികകളും ടോണിക്കും പെട്ടെന്നു നിർത്തേണ്ടെന്ന് വൈദ്യമഠം നിർദ്ദേശിക്കുകയുണ്ടായി.

തൃത്താലയ്ക്കടുത്ത് മേഴത്തൂരെന്ന ഗ്രാമം ഏറെ വർഷങ്ങൾക്കുമുമ്പു തന്നെ ആകർഷിച്ചിട്ടുണ്ട്. പ്രശാന്തരമണീയമായ ഭൂപ്രദേശം. എന്നെ സാഹിത്യരംഗത്തേക്കു കൈപിടിച്ചാനയിച്ച വി.ടി. ഭട്ടതിരിപ്പാടിന്റെ വീട് എന്നും എനിക്കൊരു തണലായിരുന്നു. വൈദ്യമഠം വൈദ്യശാലയിലും നഴ്സിംഗ് ഹോമിലും ഞാൻ പലതവണ പോയിട്ടുണ്ട്. മുൻമന്ത്രിയും സോഷ്യലിസ്റ്റ് നേതാവുമായ പി.ആർ. കുറുപ്പ് വൈദ്യമഠത്തിൽ കിടന്നിരുന്നതായി ഓർമ്മയുണ്ട്. പ്രശസ്ത കഥാകൃത്ത് ടി. പത്മനാഭനേയും എം.പി. വീരേന്ദ്രകുമാറിനേയും മാടമ്പ് കുഞ്ഞുകുട്ടനേയും വൈദ്യമഠം നഴ്സിംഗ്ഹോമിൽ അന്തേവാസികളായി കാണാൻ കഴിഞ്ഞിട്ടുണ്ട്. അവരുടെ നേരിട്ടനുഭവങ്ങൾ വൈദ്യമഠം ചെറിയ നാരായണൻ നമ്പൂതിരിയുമായി സമ്പർക്കത്തിന് ഏറെ വഴിവെച്ചു. എനിക്കു കിട്ടിയ ഏതോ അവാർഡിന്റെ പേരിൽ എന്നെ പ്രശംസിക്കാനൊരുങ്ങിയ ചെറിയ നാരായണൻ നമ്പൂതിരി വലിയ അഷ്ടാംഗവൈദ്യൻ മാത്രമല്ല തികഞ്ഞ സഹൃദയനും ചിന്തകനും എഴുത്തുകാരനും നർമ്മോക്തിയിൽ നമ്മെ ഉള്ളഴിഞ്ഞു ചിരിപ്പിക്കുന്ന വാഗ്ഭടനുമാണ്.

വൈദ്യമഠം വൈദ്യശാലയിലും നഴ്സിങ്ഹോമിലും വസതിയിലും തിരക്കൊഴിഞ്ഞു കിട്ടുന്ന സമയം അപൂർവ്വമാണെങ്കിലും വല്ലപ്പോഴും

വീണുകിട്ടുന്ന സമയത്ത് സാഹിതീസപര്യയ്ക്കും ഈടുറ്റ ഗ്രന്ഥപാരായണത്തിനും രചനയ്ക്കും വിനിയോഗിക്കുന്നത് നമ്മെ അദ്ഭുതപ്പെടുത്തും. വൈദ്യമഠം ചെറിയ നാരായണൻ നമ്പൂതിരി അവർകൾ ആയുർവ്വേദത്തിനു മാത്രമല്ല, ജീവിതത്തെ ഉന്നയിപ്പിക്കാനുതകുന്ന ഒട്ടേറെ സവിശേഷതകളുള്ള അപൂർവ്വ വ്യക്തിത്വത്തിന്റെ ഉടമകൂടിയാണ്.

പലതിലും നിഷ്ണാതനായ തിരുമേനിക്ക് വ്യത്യസ്ത മുഖങ്ങളുണ്ട്. ആ മുഖങ്ങളിൽ പ്രസരിച്ചുകാണുന്ന ദീപ്തി വിശേഷം നമ്മിൽ, രോഗികൾക്ക് വിശേഷിച്ചും അലൗകികമായ ആനന്ദാനുഭൂതി ഉളവാക്കുന്നു. ഞാനീ ഭിഷഗ്വരശ്രേഷ്ഠന് ദീർഘായുസ്സും ആരോഗ്യവും മാനസികോല്ലാസവും ശാന്തിയും നേർന്നുകൊണ്ട് ഈ ചെറിയ ഓർമ്മക്കുറിപ്പിന് വിരാമമിടുന്നു.

ചിരസൗഹൃദത്തിന്റെ ചിതാഗ്നിയിൽ

രണ്ടായിരത്തിമൂന്ന് ജൂലായ് 27ന് ഞായറാഴ്ചയാണ് ഞാൻ അവസാനമായി കൊളാടി ഗോവിന്ദൻകുട്ടിയെ നേരിൽ കണ്ടത്. അന്നെന്റെ എഴുപതാംവയസ്സായിരുന്നു. ഗുരുവായൂർ കിഴക്കേനടയിലുള്ള രുഗ്മിണി റീജൻസിയിൽവെച്ച് ഒരു സുഹൃദ്സംഗമം ഉണ്ടായിരുന്നു. അതോടനുബന്ധിച്ച് പിറന്നാൾസദ്യയും. ഇതിന്റെ ആസൂത്രകൻ എന്റെ മൂത്തമകൻ ഷാജുപുതൂരായിരുന്നു. ഷാജുവിന്റെ വിവാഹത്തിൽ പങ്കെടുക്കുവാൻ കൊളാടി നേരത്തെതന്നെ വന്നുചേർന്നിരുന്നു. സപ്തതിവേളയിൽ കൊളാടി ഉരുവിട്ട ഏതാനും വരികൾ ഈ സന്ദർഭത്തിൽ എടുത്ത് ഉദ്ധരിക്കാതിരിക്കാൻ നിവൃത്തിയില്ല.

"എഴുപത് വയസ്സായാൽ ആളൊരു വൃദ്ധനായെന്നാണ് സാധാരണ പറയാറ്. എന്നാൽ ചിലരെയെങ്കിലും സംബന്ധിച്ചിടത്തോളം വാർദ്ധക്യത്തിലെത്തുന്നില്ലെന്നാണതിന്റെ സവിശേഷത. പുതൂർ ഉണ്ണികൃഷ്ണൻ ഈ ഗണത്തിൽപ്പെടുന്ന ഒരസാധാരണനാണെന്നുള്ളതാണ്. ജ്വലിക്കുന്ന പ്രതിഭയും അതിരുകളില്ലാത്ത ഭാവനയും നവംനവങ്ങളായ ആശയങ്ങളും ഇന്നും പുതൂരിന്റെ സർഗവൈഭവത്തിന്റെ വിജയവൈജയന്തികയായി നിലനിൽക്കുന്നു. യൗവ്വനത്തിന്റെ പടവുകൾ കയറി എത്തിനിൽക്കുന്ന പുതൂരിന്റെ പ്രയാണം മലയാളികൾ കാണാനിരിക്കുന്നതേയുള്ളൂ." വാസ്തവത്തിൽ ഞാനീ സ്തുതിവചനങ്ങൾ കേട്ട് വാ പൊളിച്ചിരുന്നുപോയി. കൊളാടിയുടെ വിലയിരുത്തൽ എന്റെ ഹൃദയത്തെ സ്പർശിക്കുകതന്നെ ചെയ്തു. ഞാനിത്രയും പറയുന്നതു കൊളാടിയെ ഒരിക്കലും മറക്കാൻപറ്റാത്ത സൗഹൃദഉടമയാക്കിയെന്നുള്ളതാണ്.

കൊളാടി ഗോവിന്ദൻകുട്ടി മേനോൻ എടപ്പാളിലെ ഒരു സ്വകാര്യ ആശുപത്രിയിൽവെച്ച് ഇന്ന് വെളുപ്പിന് അഞ്ചു മണിക്ക് മരിച്ചുപോയെന്ന ദുഃഖവാർത്ത എന്നെ ആദ്യമായി ഫോണിലൂടെ വിളിച്ചറിയിച്ചത് എം.പി. വീരേന്ദ്രകുമാറായിരുന്നു. വീരേന്ദ്രകുമാർ അഷ്ടവൈദ്യൻ ചെറിയനാരായണൻ നമ്പൂതിരിപ്പാടിന്റെ വൈദ്യമഠം ചികിത്സാലയത്തിൽ നിന്നുമാണ് വിളിച്ചറിയിച്ചത്. കൊളാടി ജൂലായ് 10ന് വൈദ്യമഠത്തിൽ (മേഴത്തൂർ) ചെന്നിരുന്ന വിവരം അപ്പോഴാണ് ഞാനറിയുന്നത്.

കൊളാടി എനിക്കെന്നും ഒരു മൂത്ത ജ്യേഷ്ഠനായിരുന്നു. കൊളാടി ഒരുറച്ച കമ്മ്യൂണിസ്റ്റും ഞാനൊരു സോഷ്യലിസ്റ്റ് ചിന്താഗതിക്കാരനുമായിരുന്നു. വ്യത്യസ്ത ചേരികളിൽനിന്നുകൊണ്ട് പ്രവർത്തിക്കുന്നവർ. ഞങ്ങൾക്കിടയിൽ രാഷ്ട്രീയമായ അഭിപ്രായഭിന്നതകൾ ഉണ്ടായിരുന്നു. എന്നാൽ, സാഹിത്യരംഗത്തെ എന്റെ പ്രവർത്തനങ്ങളെ കൊളാടി അഭിനന്ദിച്ചിരുന്നു. സാംസ്കാരികരംഗത്ത് പ്രവർത്തിക്കുമ്പോൾ ഇരുകൂട്ടരും ഒരൊറ്റ മനസ്സോടെയാണ് മുന്നോട്ടു പോയിരുന്നത്.

കൊളാടിയെ ഞാനുമായി കൂടുതലടുപ്പിച്ചത് അദ്ദേഹത്തിന്റെ ജീവിതത്തോടുള്ള സമീപനമായിരുന്നു. കറകളഞ്ഞ തറവാടിത്തം. കുലീനവും അഭിജാതവുമായ ഒരു സംസ്കൃതിയും അദ്ദേഹത്തെ എപ്പോഴും അനുധാവനം ചെയ്തിരുന്നു. കൊളാടി ജനിച്ചത് ഭുപ്രഭുത്വത്തിന് കേൾവികേട്ട കൊളാടി തറവാട്ടിലായിരുന്നു. സമ്പത്തും സമൃദ്ധിയും പ്രഭാവവും പരമ്പരാഗതമായി ലഭിച്ച കൊളാടി പഠിപ്പിലും കാര്യപ്രാപ്തിയിലും ഒട്ടും പിന്നാക്കമായിരുന്നില്ല. കമ്മ്യൂണിസത്തിലേക്ക് അദ്ദേഹത്തെ കൈപിടിച്ച് നടത്തിച്ചത് അദ്ദേഹത്തിന്റെ ജ്യേഷ്ഠൻ കൊളാടി ബാലകൃഷ്ണനായിരുന്നു. (സഖാവ് കൊളാടി ഉണ്ണി) പഴയ പൊന്നാനി താലൂക്കിൽ കമ്മ്യൂണിസത്തിന്റെ വിത്ത് വിതച്ചതിൽ പ്രഗത്ഭനായിരുന്നു കൊളാടി ഉണ്ണി.

തൊട്ടുകൂടാത്തവരുമായും തീണ്ടിക്കൂടാത്തവരുമായും ദൃഷ്ടിയിൽപ്പെട്ടാൽ ദോഷമുള്ളവരുമായും കൂട്ടുകൂടിയ ഒരു യുവവിപ്ലവകാരിയായിരുന്നു സ: ഉണ്ണി. മാമൂലുകളുടെ കടുംപിടിത്തങ്ങൾക്കും ഫ്യൂഡലിസ്റ്റ് വ്യവസ്ഥയുടെ ജീർണ്ണിച്ച ആശയങ്ങൾക്കുമെതിരായി ഇഞ്ചോടിഞ്ച് പൊരുതി, കമ്മ്യൂണിസത്തെ പ്രായോഗികജീവിതത്തിൽ സമന്വയിപ്പിക്കാൻ വേണ്ടി പാടുപെടുന്നതിനിടയിൽ അകാലചരമം പ്രാപിച്ച ജ്യേഷ്ഠനാണെന്ന് പറയുന്നതിൽ അദ്ദേഹം പലപ്പോഴും അഭിമാനംകൊള്ളുന്നതായി കാണാം.

കൊളാടി അപ്പുമേനോൻ ഗുരുവായൂരപ്പന്റെ ഒരാശ്രിതഭക്തനായിരുന്നു. കൊളാടി തറവാടിന്റെ യശസ്സിനുത്തരവാദിയായ അപ്പുമേനോനെ ഈയുള്ളവൻ ചെറുപ്പത്തിൽ പലതവണ ഗുരുവായൂർ ക്ഷേത്രദർശനത്തിനിടയിൽവെച്ചു കണ്ടിട്ടുണ്ട്. ദീർഘകായനായ, താടിവളർത്തിയ, കഴുത്തിൽ രുദ്രാക്ഷമാലണിഞ്ഞ, നെറ്റിയിലും മാറത്തും ഭസ്മം പൂശിയ കൊളാടി അപ്പുമേനോൻ ഒരു തേജോപുണ്യമായിരുന്നു. കൊളാടി ഗോവിന്ദൻകുട്ടിക്ക് ഈ അമ്മാവന്റെ മുഖചൈതന്യം ലഭിച്ചിട്ടുള്ളതായി തോന്നിയിട്ടുണ്ട് എനിക്ക് പലപ്പോഴും.

പടിഞ്ഞാറെ നടയിലുള്ള കൊളാടി ബിൽഡിംഗ് ഒരുകാലത്ത് കൊളാടി കുടുംബത്തിന്റെ സാംസ്കാരികപ്രഭവസങ്കേതമായിരുന്നു. കൊളാടി

കുടുംബത്തിലെ പല അംഗങ്ങളും അവിടെയുണ്ടായിരുന്ന ബംഗ്ലാവിൽ താമസിച്ചിരുന്നു. കൊളാടിയുടെ ഇളയസഹോദരി കുഞ്ഞുലക്ഷ്മിയും ഞാനും ചാവക്കാട് ബോർഡ് ഹൈസ്കൂളിൽ പഠിച്ചിരുന്ന വിദ്യാർത്ഥികളായിരുന്നു. കൊളാടിയുമായുള്ള സൗഹൃദം രാഷ്ട്രീയാടിസ്ഥാനത്തിലായിരുന്നില്ലെന്നും അത് സാഹിത്യാധിഷ്ഠിതമായിരുന്നുവെന്നും നേരത്തെ സൂചിപ്പിച്ചിരുന്നുവല്ലോ. ഈ സൗഹൃദം അവസാനകാലം വരെ നിലനിർത്താൻ സാധിച്ചു.

ഗുരുവായൂർ ക്ഷേത്രവുമായുള്ള കൊളാടി തറവാട്ടിന്റെ ബന്ധം ചിരപുരാതനമാണ്. നൂറ്റാണ്ടുകാലത്തെ പഴക്കമുള്ളത്. കൊളാടിക്കാരുടെ ഗുരുവായൂർ ഏകാദശിയോടനുബന്ധിച്ചുള്ള നവമി വിളക്ക് വളരെ പ്രശസ്തമാണ്. ഈ വിളക്ക് സമ്പൂർണ്ണമായി നെയ്യ് നിറച്ച് കത്തിക്കുന്നതാണ്. കൊളാടി ഗോവിന്ദൻകുട്ടി തറവാട്ടിലെ കാരണവരായി അവരോധിക്കപ്പെട്ടപ്പോൾ, നെയ്വിളക്കിന് കൂടുതൽ ശോഭയുള്ളതാക്കാൻ ശ്രദ്ധിച്ചിരുന്നു. കാരണവപ്പാടിന്റെ സ്ഥാനത്തുനിന്ന് ആദ്യന്തം ക്ഷേത്രത്തിലദ്ദേഹത്തിന്റെ സാന്നിധ്യം ഉണ്ടായിരുന്നു. നെയ്വിളക്കിനോടനുബന്ധിച്ച് ദേവസ്വം സത്രം ഹാളിൽവെച്ച് സദ്യ നടത്തിയിരുന്നു. ഗുരുവായൂരുള്ള സന്ദർഭത്തിൽ ഈ സദ്യയിൽ ഈയുള്ളവൻ പങ്കെടുത്തിരുന്നു.

പല പ്രത്യേകതകളുമുള്ള കൊളാടി നെയ്വിളക്കിനോടനുബന്ധിച്ച സദ്യ. അതിന്റെ പ്രത്യേകത ഒന്നു വേറെതന്നെ. കാളൻ, ഓലൻ, അവിയൽ, എരിശ്ശേരി മുതലായ കറികൾക്ക് പുറമെ പച്ചമാങ്ങകൊണ്ടുണ്ടാക്കിയ മാങ്ങാപ്പച്ചടിയും ഇടിച്ചക്കത്തോരനും ഈ സദ്യയുടെ പ്രത്യേകതയായിരുന്നു. ഇടിച്ചക്കയും പച്ചമാങ്ങയും സുലഭമായി കിട്ടാനില്ലാത്ത കാലത്താണ് ഇവ പ്രത്യേകമായി ഉണ്ടാക്കുന്നത്. സദ്യയോടൊപ്പം ഇടിച്ചുപിഴിഞ്ഞ അരിപ്പായസം, പാൽപ്പായസം എന്നിവയും കാണും. ഈ സദ്യ വളരെ സ്വാദിഷ്ടമായിരുന്നു. കൊളാടി ഗോവിന്ദൻകുട്ടി ഇല വെയ്ക്കുമ്പോൾ മുൻപന്തിയിലുണ്ടാകും. ഓരോ ഇലയുടെയും മുന്നിൽ വന്നുനിന്ന് സ്നേഹിതന്മാരോട് കുശലം പറയുന്ന ഗോവിന്ദൻകുട്ടി കൺവെട്ടത്തുനിന്നും മറഞ്ഞിട്ട് രണ്ടു വർഷം തികയുന്നു.

പഴയതെല്ലാം തെറ്റ് പുതിയതെല്ലാം ശരി എന്ന അഭിപ്രായഗതിക്കാരനായിരുന്നില്ല അദ്ദേഹം. പഴമയിലെ മൂല്യവത്തായ ഉൾക്കാഴ്ചകളേയും പുരോഗമനപരമായ നവീന ആശയങ്ങളേയും കൂട്ടിയോജിപ്പിക്കാനദ്ദേഹം ശ്രദ്ധിച്ചിരുന്നു. പഴമയിലെ ക്ലാസിക് സൗന്ദര്യാവബോധത്തിന്റെയും നവീനതയിലെ ഊർജ്ജസ്വലമായ ഭാവതാരള്യത്തെയും കൊളാടി സ്വാംശീകരിച്ചു. ക്ഷേത്രകലകളെ പുനരുദ്ധീകരിക്കുന്നതിൽ അദ്ദേഹം ശ്രദ്ധിച്ചിരുന്നു. പ്രോത്സാഹനം നൽകിയിരുന്നു. കഥകളിയും

കൃഷ്ണനാട്ടം കളിയും കാണാനദ്ദേഹം എത്തിയിരുന്നു. ഓണത്തല്ലും ആട്ടക്കളവും കളരി അഭ്യാസങ്ങളും എന്നുവേണ്ട വേട്ടക്കരൻ പാട്ടു പോലും അദ്ദേഹത്തെ സ്വാധീനിച്ചിരുന്നു. ഇവയുടെ പുനരുദ്ധാരണത്തിന് ഒരു കളരിയുണ്ടാക്കാനുള്ള ആലോചനകൂടി ഉണ്ടായിരുന്നു. അവസാന കാലത്ത് ഗുരുവായൂർ ദേവസ്വത്തിന്റെ ആഭിമുഖ്യത്തിൽ നടന്നുവരുന്ന ഭക്തപ്രിയ മാസികയുടെ പത്രാധിപസമിതിയിൽ അദ്ദേഹം അംഗമായി രുന്നു. എല്ലാ മാസവും കൂടുന്ന ആ എഡിറ്റോറിയൽ ബോർഡിൽ അദ്ദേഹം മുടങ്ങാതെ പങ്കെടുക്കുക മാത്രമല്ല, പുരാണപ്രസിദ്ധങ്ങളായ കഥകളെ ഉപജീവിച്ച് എഴുതാനും സന്നദ്ധത പ്രകടിപ്പിച്ചിരുന്നു. എല്ലാ മാസവും ഒരുമിച്ച് കണ്ടുമുട്ടാനുള്ള അവസരം വന്നുചേർന്നത് ഒരു ഭാഗ്യ മായി ഞങ്ങൾ ഇരുകൂട്ടരും കരുതി.

സൗമ്യനും സുഭഗനും സുന്ദരനും കുലീനനുമായ കൊളാടി അകത്തും പുറത്തും ഒരുപോലെ മാന്യത പുലർത്തുന്ന സംസ്കാര സമ്പന്നനായിരുന്നു.

വ്യക്തിബന്ധങ്ങൾക്ക് ഏറെ വിലകല്പിച്ച, ക്ലാസിക്കൽ കലയെ സ്നേഹിച്ച, കവിതയെ താലോലിച്ച, രാമായണത്തിലെയും ഭാഗവത ത്തിലെയും പുരാണകഥാപാത്രങ്ങൾക്ക് പുതുജീവൻ നൽകിയ, കലാകാരനും സഹൃദയനും എഴുത്തുകാരനും സർവ്വോപരി മനുഷ്യ സ്നേഹിയുമായ കൊളാടി ഗോവിന്ദൻകുട്ടിയുടെ ഓർക്കാപ്പുറത്തുള്ള മരണം മനസ്സിൽ നൊമ്പരങ്ങളുടെ നീർച്ചുഴി സൃഷ്ടിക്കുന്നു. പ്രിയ സുഹൃത്തേ, സ്മരണകൾ ഈറനണിയുന്ന ഈ സന്ദർഭത്തിൽ മറ്റെന്ത് പറയാൻ?

വിവാദപുരുഷനായ സി.ജി. നായർ

രാഷ്ട്രീയ-സാമൂഹിക-സാംസ്കാരികരംഗത്തെ സി.ജി. നായരുടെ സംഭാവനകൾ ചുരുങ്ങിയ തോതിൽ ഗുരുവായൂരിലെ സ്ഥിരം നിവാസികൾക്കെങ്കിലും മറക്കാനൊക്കുമെന്ന് തോന്നുന്നില്ല. അദ്ദേഹം വിവാദപുരുഷനായിരുന്നു. താർക്കികൻ, യുക്തിവിചാരവാദി നിയമമില്ലാത്തിടത്ത് നീതി നടപ്പാക്കിക്കിട്ടുന്നതിനുവേണ്ടി യത്നിച്ച മനുഷ്യൻ, കർമ്മധീരൻ. അക്കമിട്ട് പറയാൻ കഴിയാവുന്ന ഒട്ടേറെ സംഭവങ്ങൾ എന്റെ കൺമുന്നിലിപ്പോൾ വിടർന്നു വരികയാണ്. അദ്ദേഹം ജീവിതത്തോട് വിടപറഞ്ഞിട്ട് രണ്ടുവർഷം കഴിഞ്ഞു. സി.ജിയുടെ വിടവ് നികത്താൻ പറ്റുന്ന ഒരാളും ആ സ്ഥാനത്തേക്ക് ഇതുവരെ ഗുരുവായൂരിൽ കയറിവന്നിട്ടില്ല.

വാർത്താമാധ്യമങ്ങളിലൂടെ ഗുരുവായൂരിന്റെ പ്രസക്തിയുടെ ശബ്ദം ബഹുജനങ്ങളിലേക്ക് സംക്രമിപ്പിക്കുക എന്ന ടെക്നിക്കിൽ സി.ജിയോളം വിജയിച്ച ഒരു പത്രപ്രവർത്തകൻ ഇതുവരെ ഗുരുവായൂരിൽ വേറെ ഉണ്ടായിട്ടില്ല. (മാതൃഭൂമി പത്രത്തിന്റെ മാനേജിംഗ് എഡിറ്ററും ഡയറക്ടറുമായ യശഃശരീരനായ ശ്രീ. വി.എം. നായരെ വിസ്മരിച്ചുകൊണ്ടല്ല ഞാനിത്രയും കുറിക്കുന്നത്.) ഒരുപക്ഷേ, ശ്രീ. വി.എം. നായരേക്കാൾ ഉയരത്തിൽ എത്തുവാനുള്ള ശേഷിയും ശേമുഷിയും സി.ജി. നായർക്കില്ലാഞ്ഞിട്ടുമല്ല. വിട്ടുവീഴ്ചയില്ലാത്ത ആദർശങ്ങളുടെ കടുംപിടുത്തമാണ് സി.ജിയെ അധികാരത്തിലേക്ക് കൂടുതൽ പ്രവേശിപ്പിക്കാതിരുന്നതെന്ന് ഞാൻ അനുമാനിക്കുന്നു.

സ്വാതന്ത്ര്യസമരസേനാനിയെന്ന നിലയിൽ ബല്ലാരിയിലും സേലത്തുമായി പതിനെട്ടുമാസം തുടച്ചയായ ജയിൽവാസം വരിച്ചിട്ടുള്ള സി.ജി. കോവലമൊരു കോൺഗ്രസ്സ് വളണ്ടിയർ മാത്രമായിരുന്നില്ല. അദ്ദേഹത്തോടൊപ്പം ജയിലിൽ കിടന്നവരിൽ പലരും പിന്നീട് മന്ത്രിമാരും മുഖ്യമന്ത്രിമാരുമായി. (സി. രാജഗോപാലാചാരി, കാമരാജനാടാർ, ഓമത്തൂർ രാമസ്വാമി റെഡ്യാർ, കെ. കേളപ്പൻ, കോഴിപ്പുറത്ത് മാധവമേനോൻ,

എ.വി. കുട്ടിമാളുഅമ്മ, വെള്ളൂർ കൃഷ്ണൻനായർ തുടങ്ങിയവരോടൊരുമിച്ചാണ് ജയിൽവാസമനുഭവിച്ചത്). സംഘടനാശക്തിയും വ്യക്തിപ്രഭാവവും ഒരുപോലെ ഉയർത്തിപ്പിടിച്ച സി.ജി. പഴയകാലത്തെ കോൺഗ്രസ്സ് പ്രവർത്തന പാരമ്പര്യത്തിന്റെ വക്താവായിരുന്നു. (1942-ലെ ക്വിറ്റിന്ത്യാ സമരഭടനെന്ന നിലയിൽ ഗോപാലു അക്കാലത്തെ ഗുരുവായൂരിന്റെ രോമാഞ്ചമായിരുന്നു.)

അധികാരികളെയും ഉന്നതസ്ഥാനത്തിരിക്കുന്നവരെയും പ്രീണിപ്പിക്കുന്നതിനു പകരം പ്രകോപിതരാക്കുക എന്ന നയമാണ് സി.ജി. സ്വീകരിച്ചത്. അതുകൊണ്ട് അദ്ദേഹത്തിന് അനുയായികളെപ്പോലെതന്നെ എതിർപ്പുകാരുമുണ്ടായിരുന്നു. അതുകൊണ്ടദ്ദേഹത്തിന്റെ രാഷ്ട്രീയ ജീവിത കാലഘട്ടത്തിൽ ഒരു എം.എൽ.എ പോലുമാകാൻ സാധിക്കാതെ വന്നു. സന്ദർഭങ്ങൾക്കനുസരിച്ച് തലയ്ക്ക് പാകത്തിനുള്ള തൊപ്പി തുന്നാൻ അറിയുമായിരുന്നില്ല. കോൺഗ്രസ്സ് സംഘടനയുമായുള്ള സി.ജി.യുടെ ചങ്ങാത്തം അവസരവാദത്തിൽനിന്നും ഉയിർക്കൊണ്ടതല്ല. സി.ജി. കോൺഗ്രസ്സിന്റെ ദേശീയമായ ഉൾക്കാഴ്ചയ്ക്കുവേണ്ടി യാഥാസ്ഥിതിക വിഭാഗവുമായി നിരന്തരം പോരാടിയിട്ടുള്ള വ്യക്തിയാണ്.

അദ്ദേഹം കർമ്മനിരതനായിരുന്നു. മദ്യപാനം, മാംസഭക്ഷണം എന്നിവയെ തീർത്തും ബഹിഷ്കരിച്ചിരുന്നു. തികച്ചും സസ്യഭുക്കായ സി.ജി. കർമ്മബുദ്ധിക്കുടമയായിരുന്നു. (സസ്യഭോജനത്തിന്റെ മാഹാത്മ്യത്തെക്കുറിച്ച് സുദീർഘമായൊരു ലേഖനപരമ്പര ഹിന്ദിഭൂദാൻ മാസികയിൽ എഴുതിയിരുന്നു.)

ആധുനിക ഗുരുവായൂരിന്റെ രൂപശില്പസംവിധാനത്തിൽ സി.ജി.യുടെ സംഭാവനകൾ ഒരിക്കലും വിസ്മൃതമാവുകയില്ല. ഗുരുവായൂർ ടൗൺഷിപ്പിന്റെ രൂപകല്പനയിൽ മാത്രമല്ല, ഭരണസംവിധാനത്തിനകത്തും പുറത്തും ഒരുകാലത്ത് സി.ജി. വലിയൊരു ശക്തിയായിരുന്നു. നഗരഭരണത്തിന്റെ നടത്തിപ്പിലും സംവിധാനത്തിലും കാലാകാലങ്ങളിലായുണ്ടാകേണ്ട charityയെക്കുറിച്ചും cleanityയെക്കുറിച്ചും അദ്ദേഹത്തിന് അദ്ദേഹത്തിന്റേതായ സങ്കല്പങ്ങളുണ്ടായിരുന്നു.

കുട്ടികളുടെ പാർക്ക്, പൂന്തോട്ടം, പബ്ലിക് ലൈബ്രറി, ഗാന്ധിപ്രതിമ, ടൗൺഷിപ്പ് ബസ്സ്റ്റാന്റ്, ഷോപ്പിംഗ് സെന്റർ തുടങ്ങി സംവിധാനത്തെക്കുറിച്ച് 1957-ൽതന്നെ ഗവണ്മെന്റിന്റെ ശ്രദ്ധയിൽ മെമ്മോറാണ്ടം വഴി എത്തിച്ചതിലുള്ള മുഖ്യപങ്ക് സി.ജി. നായർക്കാണ്. സി.ജി. സമർപ്പിച്ച മാസ്റ്റർപ്ലാനുകൾ ഇപ്പോഴും നഗരസേവാ സമിതി ഫയലിൽ രേഖകളായി തെളിഞ്ഞുകിടക്കുന്നു.

ഇരുപത്തിയേഴുവർഷം അദ്ദേഹം മാതൃഭൂമിയുടെ ഗുരുവായൂരിലെ ലേഖകനായിരുന്നു. അവസാനം മാതൃഭൂമി മാനേജിംഗ് എഡിറ്ററുമായുള്ള

അഭിപ്രായവ്യത്യാസം മൂലം അത് ഉപേക്ഷിച്ചു. തുടർന്ന് പി.ടി.ഐയുടെ ഗുരുവായൂർ ലേഖകനായി സേവനമനുഷ്ഠിച്ചുകൊണ്ടിരിക്കവെയാണ് നിര്യാതനായത്.

ബഹുഭാഷാ പണ്ഡിതനായ സി.ജി. നായർ ഇംഗ്ലീഷിലും മലയാളത്തിലും ഹിന്ദിയിലും സംസ്കൃതത്തിലും ഒരുപോലെ എഴുതുവാനും വായിക്കുവാനും പ്രസംഗിക്കുവാനും കഴിവു നേടിയിരുന്നു. ഇംഗ്ലീഷിലും മലയാളത്തിലും ഹിന്ദിയിലും ഒട്ടേറെ ലേഖനങ്ങൾ എഴുതി പ്രസിദ്ധീകരിച്ചിട്ടുണ്ട്. സാഹിത്യത്തിന്റെ വിവിധ മേഖലകളിൽ സി.ജി. കൈവെച്ചുവെങ്കിലും ഒന്നും പൂർത്തിയാക്കിയില്ല. പൂവും പ്രസാദവും (ഏകാങ്കനാടകങ്ങൾ), അത്യുഗ്രൻ (ഏകാങ്ക നാടകം) ഇത്രയുമാണ് പുസ്തകരൂപത്തിൽ വന്നിട്ടുള്ളത്. പുസ്തകരൂപത്തിലാക്കാവുന്ന ഒട്ടേറെ ഈടുറ്റ ലേഖനങ്ങളും കവിതകളും പൊടിക്കഥകളും സി.ജി. മാതൃഭൂമി, കേരളക്ഷേമം, ഭൂദാനപത്രിക, ഇന്ത്യൻ എക്സ്പ്രസ്സ്, ഹിന്ദു എന്നിവയിൽ പ്രസിദ്ധീകരിച്ചിട്ടുണ്ട്. (ഇവയിൽ പലതും സമാഹരിച്ച് പ്രസിദ്ധീകരിക്കാവുന്നതുമാണ്.) അദ്ദേഹം ധാരാളം എഴുതിയെങ്കിലും ഒരെഴുത്തുകാരന്റെ മേലങ്കിയണിയാതെ പത്രപ്രവർത്തകനായി ജീവിക്കുകയാണുണ്ടായത്.

സി.ജി. ഒരർത്ഥത്തിൽ അറിവിന്റെ നിറകുടമായിരുന്നു. എന്നാൽ ആ അറിവ് മുഴുവനും കുടത്തിനകത്തെ വെളിച്ചംപോലെ മങ്ങിമറഞ്ഞു നിന്നതേയുള്ളൂ.

ഗുരുവായൂരിൽ സി.ജി. മുൻകൈ എടുത്തു പ്രവർത്തിക്കാത്ത രംഗങ്ങളില്ല. പല സംഘടനകളും അദ്ദേഹത്തിന്റെ അഭാവത്തോടെ അസ്തപ്രജ്ഞമായി കിടക്കുകയാണ്. എങ്കിലും അദ്ദേഹം വിതച്ച സേവന പാരമ്പര്യത്തിന്റെ വിത്തുകൾ ഇപ്പോഴും കുറ്റിയറ്റുപോയിട്ടില്ല.

1944–ൽ സി.ജി. നായർ മുൻകൈ എടുത്ത് സ്ഥാപിച്ച ആദ്യത്തെ ഗുരുവായൂർ ദേവസ്വം ലൈബ്രറിയുടെ മേധാവി സി.ജി. നായരായിരുന്നു. സി.ജി. നായർ അമ്പത്തിയഞ്ചാമത്തെ വയസ്സിൽ റിട്ടയേർഡ് ചെയ്ത ഒഴിവിലാണ്. ഈയുള്ളവൻ ലൈബ്രേറിയനായി ചാർജ്ജെടുത്തത്. ഗുരുവായൂർ ദേവസ്വം മതഗ്രന്ഥശാലയും വായനശാലയും സി.ജി.യുടെ ഏറ്റവും വിശാലമായ പ്രവർത്തനരംഗമായിരുന്നു. ഒട്ടേറെ സാഹിത്യനായകന്മാരുടെ സന്ദർശകകേന്ദ്രം. അവിടെനിന്നും വീണുകിട്ടിയ വിജ്ഞാനം എന്നെ സംബന്ധിച്ചേടത്തോളം എന്നും ഓർമ്മിക്കത്തക്കതായ ഒരനുഭൂതി തന്നെയാണ്.

ഒ.കെ.ആർ. മേനോൻ എന്ന സുഹൃത്ത്

1956-ലാണ് ഞങ്ങൾ കണ്ടുമുട്ടിയത്. ചാവക്കാട് ഫർക്കാ ഹോട്ടൽ മസ്ദൂർ സഭയുടെ പ്രസിഡണ്ടായി കുറച്ചുകാലം പ്രവർത്തിക്കാൻ എനിക്ക് അവസരം കിട്ടി. സോഷ്യലിസ്റ്റ് പ്രസ്ഥാനത്തിന്റെ ഭാഗഭാക്കുകളെന്ന നിലയിൽ ഞങ്ങൾ സഹപ്രവർത്തകരും സഖാക്കളുമായിരുന്നു. അന്ന് കമ്മ്യൂണിസ്റ്റുകാരേയും സോഷ്യലിസ്റ്റുകളേയും അന്യോന്യം 'സഖാവേ' എന്ന ഭിസംബോധന ചെയ്തിരുന്നു. ചാവക്കാടും ഗുരുവായൂരും നാട്ടികയിലും കുന്നംകുളത്തും തുച്ഛമായ വേതനത്തിന് ജോലി ചെയ്തിരുന്ന ഹോട്ടൽ തൊഴിലാളികളെ സംഘടിപ്പിക്കുകയും അവരുടെ സേവനവേതന വ്യവസ്ഥകൾ നടപ്പിലാക്കികിട്ടുന്നതിനുവേണ്ടി അശ്രാന്തം പരിശ്രമിക്കുകയും ചെയ്തിരുന്നവരുടെ മുൻപന്തിയിൽ സഖാവ് ഒ.കെ.ആർ. മേനോന് വലിയ പങ്കുണ്ടായിരുന്നു. അദ്ദേഹംതന്നെ ഒരു ഹോട്ടൽ തൊഴിലാളിയായിരുന്നു. അതുകൊണ്ട് പ്രാക്ടിക്കൽ എക്സ്പീരിയൻസ് കൂടുമായിരുന്നു.

1956-ൽ ഗുരുവായൂർ സത്രം കോമ്പൗണ്ടിൽ പ്രവർത്തിച്ചിരുന്ന സത്രം റസ്റ്റോറണ്ടിലെ ഒരു എളിയ ജീവനക്കാരനായിരുന്നു ഇന്നത്തെ രാവുണ്ണി മേനോനെന്നറിയപ്പെടുന്ന അന്നത്തെ വാസു. ഈ ഹോട്ടൽ തൊഴിലാളി പിന്നീട് പടിപടിയായി ഉയർന്ന് വളർന്ന് ഒ.കെ.ആർ. എന്ന പേരിൽ ഗുരുവായൂരിലെ അറിയപ്പെടുന്ന ഒരു പൗരപ്രമുഖനായി വളർന്നുകയറി. തൊഴിലാളി നേതാവ് ഹോട്ടൽ - ലോഡ്ജ് ഉടമ, ബാങ്ക് ചെയർമാൻ, ഗുരുവായൂർ ടൗൺഷിപ്പ് കമ്മിറ്റിയിലെ പ്രമുഖ നിർവഹണാംഗം എന്നീ നിലകളിൽ പ്രശസ്തി നേടി. ഒ.കെ.ആറിന്റെ 50 കൊല്ലത്തെ അദ്ഭുതാവഹമായ വളർച്ച ഞാൻ നേരിട്ട് കണ്ടവനാണ്. അതിലെനിക്ക് എന്തെന്നില്ലാത്ത അഭിമാനം തോന്നിയിരുന്നു.

അദ്ദേഹം സോഷ്യലിസ്റ്റ് പ്രസ്ഥാനത്തിൽനിന്നും വിട്ട് കോൺഗ്രസ്സിലേക്ക് ചേക്കേറി. 1950കളിലെ ഒഴകിൽ കുന്നത്ത് രാവുണ്ണിനായർ മകൻ രാവുണ്ണിമേനോൻ (ഒ.കെ.ആർ.) പിന്നീട് അലങ്കരിച്ച പദവികളുടെ ഒരു ലഘുവിവരണം നൽകുന്നത് അനുചിതമാവില്ലെന്ന് വിശ്വസിക്കട്ടെ. മാറിയ

കാലഘട്ടത്തിൽ അദ്ദേഹം ഡി.ഐ.സിയുടെ (ഡെമോക്രാറ്റിക് ഇന്ദിരാ കോൺഗ്രസ്സ്) വക്താവായിരുന്നു. മമ്മിയൂർ ദേവസ്വം ഭരണസമിതി ചെയർമാൻ, ഗുരുവായൂർ കോ-ഓപ്പറേറ്റീവ് ബാങ്കിന്റെ ചെയർമാൻ, താല പ്പൊലി സംഘം പ്രസിഡണ്ട്, ഗുരുവായൂർ നഗരസേവാ സമിതി കൺ വീനർ, ഗുരുവായൂർ മർച്ചന്റ് അസോസിയേഷൻ പ്രസിഡണ്ട്, ഗുരു വായൂർ സഹൃദയവേദിയുടെ നിർവാഹകസമിതിയംഗം, ചാവക്കാട് ബ്ലോക്ക് കോൺഗ്രസ് പ്രസിഡണ്ട്... തുടങ്ങി നിരവധി നേതൃപദവികളിൽ പ്രവർത്തിച്ച പരിചയസമ്പന്നനായ വ്യക്തിയായിരുന്നു ഒ.കെ.ആർ. ഒരു പാട് പ്രസ്ഥാനങ്ങൾക്ക് കൈയയച്ച സംഭാവനയും പ്രോത്സാഹനവും നൽകിയിട്ടുള്ള വ്യക്തിയുമാണ്. രാഷ്ട്രീയം നോക്കാതെ ആരെയും സഹായിക്കുന്ന മനഃസ്ഥിതിയായിരുന്നു അദ്ദേഹത്തിനുണ്ടായിരുന്നത്. എളിമയിൽനിന്ന് വളർന്നുവന്ന വഴി അദ്ദേഹം ഒരിക്കലും മറന്നിരുന്നില്ല. ഒ.കെ.ആറിന്റെ മരണം ഗുരുവായൂരിന്റെ പൊതുജീവിതത്തിന് മങ്ങ ലേല്പിച്ചിട്ടുണ്ട്. ഏതൊരു രംഗത്തും എവിടെയും പ്രത്യക്ഷപ്പെടാറുള്ള ആ മുഖം എന്റെ മനസ്സിൽനിന്ന് വിട്ടുമാറുന്നില്ല.

സി.ജി. നായർക്കും ഒ.കെ.ആറിനും ഒപ്പം ഞാൻ പ്രവർത്തിച്ചിട്ടുള്ള രംഗങ്ങൾ നിരവധിയാണ്. അതൊന്നും ഇവിടെ വിസ്തരിക്കുന്നില്ല. പ്രിയ ങ്കരനായിരുന്ന എന്റെ ചിരകാല സുഹൃത്ത് ഒ.കെ.ആറിന്റെ സ്മരണ ഗുരു വായൂർക്കാരന്റെ മനസ്സിൽനിന്ന് മാഞ്ഞുപോകാതെയിരിക്കട്ടെ എന്ന് പ്രാർത്ഥിക്കുന്നു. ശ്രീ ഗുരുവായൂരപ്പൻ അദ്ദേഹത്തിന്റെ ആത്മാവിന് നിത്യ ശാന്തി നൽകട്ടെ.

അനാഥശിശുക്കളുടെ അവകാശ സംരക്ഷണം

പണക്കാരുടെയും ഇടത്തരക്കാരുടെയും കുട്ടികളെക്കുറിച്ചൊന്നും ഇവിടെ പരാമർശിക്കുന്നില്ല. ദരിദ്രമായ ചുറ്റുപാടിൽ വളരുന്ന കുട്ടികളെക്കുറിച്ച് ചിന്തിക്കുമ്പോഴാണ് മനസ്സാക്ഷിയുള്ളവരെ തീർത്തും നിരാശപ്പെടുത്തുന്ന പ്രശ്നങ്ങൾ ഉദ്ഭവിക്കുന്നത്. ഇന്ത്യയിൽ ഏതാണ്ട് നാല്പത് ലക്ഷത്തോളം കുട്ടികൾ ഇന്ന് അനാഥരായാണ് കഴിയുന്നത്. പ്രതികൂല സാഹചര്യങ്ങളിൽ ജനിക്കാനിടയായ കുട്ടികളുടെ സംരക്ഷണത്തിനായി വേണ്ടത്ര നിയമങ്ങൾ ഇനിയും ഉണ്ടാകേണ്ടതുണ്ട്.

അനാഥരായ മക്കൾ പെറ്റുപെരുകുന്നത് ഒരു രാജ്യത്തിനും അഭിമാനകരമല്ലെന്ന് മാത്രമല്ല, തികച്ചും അപലപനീയവുമാണ്.

ഇന്ത്യൻ ഭരണഘടന പതിന്നാലു വയസ്സിന് താഴെയുള്ള കുട്ടികളെ നിർബന്ധിതമായി തൊഴിലെടുപ്പിക്കരുതെന്ന് അനുശാസിക്കുന്നുണ്ട്. എന്നാൽ ഈ നിയമത്തെ മറികടന്നുകൊണ്ട് മില്ലുകളിലും ഫാക്ടറികളിലും ഖനികളിലും വൻകിട ഹോട്ടലുകളിലും ചാരായക്കടകളിലും ബാർ അറ്റാച്ച്ഡ് ഭോജനശാലകളിലും മറ്റും കുറഞ്ഞ കൂലിയിൽ കുട്ടികളെക്കൊണ്ട് ജോലി ചെയ്യിക്കുന്നുണ്ടെന്ന കാര്യം മറക്കാവതല്ല. വയറുപിഴപ്പിനുവേണ്ടി എന്തെങ്കിലും ഒരു ജോലി തേടി എവിടെയെങ്കിലും കയറിപ്പറ്റി വേല ചെയ്യുന്ന ലക്ഷക്കണക്കിനുള്ള കുട്ടികളുടെ ഭാവിയെപ്പറ്റി ഓർത്ത് വിലപിക്കുന്ന ഒരു ഭരണാധികാരിയേയും നമുക്കിതുവരെ കണ്ടുമുട്ടാനായിട്ടില്ല. കുട്ടികളോട് അല്പമെങ്കിലും കാരുണ്യവും മമതയും സ്നേഹവും കാണിച്ചിട്ടുള്ള ഒരേ ഒരു ഭരണാധികാരി ജവഹർലാൽ നെഹ്റു മാത്രമായിരുന്നു. കുട്ടികൾക്ക് ഏറ്റവും പ്രിയങ്കരനായ ചാച്ചാ നെഹ്റുവിനുപോലും അനാഥരായ കുട്ടികൾക്കുവേണ്ടി നിയമനിർമ്മാണത്തിലൂടെ എന്തെങ്കിലും സംരക്ഷണം നല്കാൻ കഴിഞ്ഞിട്ടുണ്ടോ എന്ന കാര്യം സംശയാസ്പദമാണ്.

ഓരോ ഗ്രാമപഞ്ചായത്തിലും അനാഥ ശിശുക്കൾക്കുള്ള അഭയകേന്ദ്രങ്ങൾ ഉണ്ടാകേണ്ടത് അത്യന്താപേക്ഷിതമാണ്.

ആരൊക്കെയാണ് അനാഥ ശിശുക്കൾ? എത്ര വയസ്സുള്ളവരെ ഈ വകുപ്പിൽ ഉൾപ്പെടുത്താം? എങ്ങനെയാണിവരെ പോറ്റി സംരക്ഷിക്കേണ്ടത്? എന്തെല്ലാം തരത്തിലുള്ള ആനുകൂല്യങ്ങളാണ് ഇത്തരം അഭയ കേന്ദ്രങ്ങളിൽ നടപ്പിൽ വരുത്തേണ്ടത്? ഇവരുടെ രക്ഷാകർതൃത്വം ആരിലാണ് അർപ്പിക്കേണ്ടത്? ഇതെല്ലാം നമ്മെ തുറിച്ചുനോക്കുന്ന പ്രശ്നങ്ങളാണ്. ഈ പ്രശ്നങ്ങൾക്കുള്ള സമഗ്രമായ പഠനം നടത്തുവാൻ മനുഷ്യസ്നേഹികളായ സത്യസന്ധരായ, ആത്മാർത്ഥതയും ത്യാഗമനസ്ഥിതിയും മൂലധനമാക്കിയിട്ടുള്ള സാമൂഹ്യപ്രവർത്തകരെയാണ് ഏല്പിക്കേണ്ടതെന്ന് ആദ്യമേ പറഞ്ഞുകൊള്ളട്ടെ. ടി.എ.യും ഡി.എയും കുട്ടികളുടെ നാമധേയത്തിൽ കൃത്യമായി ചെലവെഴുതിയെടുക്കുന്നവരിൽ നിന്നും വ്യത്യസ്തമായ കാഴ്ചപ്പാടുള്ള കുട്ടികളുടെ സംരക്ഷണത്തിനു വേണ്ടി മാത്രം സമർപ്പിതമനസ്കരായിട്ടുള്ള അംഗങ്ങളെ തിരഞ്ഞെടുക്കുന്ന കാര്യത്തിൽ ഗവണ്മെന്റ് പ്രത്യേകം ശ്രദ്ധ ചെലുത്തണം.

പ്രസവിച്ച് 6 മാസം മുതൽ പതിനാറു വയസ്സുവരെ പ്രായമുള്ളവരെ കുട്ടികളുടെ ഗണത്തിൽപ്പെടുത്താം.

ജനിച്ച ചോരക്കുഞ്ഞു മുതൽ 5 വയസ്സുവരെ പ്രായമുള്ള കുട്ടികളെ നോക്കാൻ ജീവകാരുണ്യമുള്ള അമ്മമാരുടെ (ആയമാരുടെ) മേൽനോട്ടമുണ്ടായിരിക്കണം.

5 മുതൽക്ക് പത്തു വയസ്സുവരെ രണ്ടാമതൊരു ബാച്ചായി തിരഞ്ഞെടുക്കണം.

പത്തുവയസ്സിന് മേല്പോട്ടുള്ളവരെയും പതിനാറു വയസ്സിന് കീഴേയുള്ളവരെയും മൂന്നാമത്തെ ഗ്രൂപ്പായി തരംതിരിക്കണം.

ഈ മൂന്നു ബാച്ചിലെ കുട്ടികളെയും ഒരു സംസ്ഥാനത്തിന്റെ മൂന്നു ഭാഗങ്ങളിലായി നോക്കി സംരക്ഷിക്കാനുള്ള ഏർപ്പാടുകൾ ഉണ്ടാകണം. ഈ മൂന്നു ബാച്ചുകാർക്കും വർഷത്തിൽ മൂന്നു പ്രാവശ്യമെങ്കിലും പരസ്പരം കാണുവാനുള്ള അവസരമുണ്ടാക്കണം.

പ്രാഥമികാവശ്യം എന്ന നിലയിൽ വയറുനിറയെ ആഹാരം കൊടുക്കാനുള്ള സംവിധാനം ഉണ്ടാക്കണം. പോഷകാഹാരക്കുറവുകൊണ്ട് അല്പായുസ്സുകളായി തീരാതിരിക്കാൻ പ്രത്യേകം ശ്രദ്ധിക്കുകയും അന്തേവാസികളായ ഓരോ കുട്ടിക്കും ആരോഗ്യപരമായ സംരക്ഷണം നൽകുവാനാവശ്യമായ സംവിധാനം ഉണ്ടാക്കുകയും വേണം.

ശാരീരികമായ ആരോഗ്യ സംരക്ഷണത്തോടൊപ്പംതന്നെ അവർക്ക് സ്വന്തം കാലിൽ നിവർന്ന് നിൽക്കാനിട നല്കുന്ന വേണ്ടത്ര വിദ്യാഭ്യാസവും നൽകേണ്ടിയിരിക്കുന്നു. "വിദ്യാധനം സർവ്വധനാൽ പ്രധാനം' എന്ന തത്ത്വം അവരിൽ രൂഢമൂലമാകത്തക്കവിധം സന്നിവേശിപ്പിക്കണം. പ്രയത്നത്തിന്റെയും സ്വാശ്രയശീലത്തിന്റെയും അടിസ്ഥാന

പ്രമാണങ്ങളിൽ ഊന്നിനിന്നുകൊണ്ട് ഭാവിയിലെ ജീവകാരുണ്യം മൂലധനമായിട്ടുള്ള ഉത്തമപൗരന്മാരായിരിക്കണം ഇത്തരം അഭയകേന്ദ്രങ്ങളിൽനിന്നും പുറത്തുവരുന്ന ശിശുക്കൾ. പതിനേഴു വയസ്സിനുമേൽ മേജറായി വോട്ടവകാശം പ്രയോജനപ്പെടുത്താനുള്ള പക്വത വരുന്നതോടെ ഇവരെ ഏതെങ്കിലും തൊഴിലിൽ വ്യാപൃതരാക്കാൻവേണ്ടി ഗവണ്മെന്റ് തലത്തിലുള്ള ആസൂത്രണങ്ങൾ ഉണ്ടാവുകയും വേണം.

പഞ്ചായത്ത് മുതൽ ജില്ലാ സംസ്ഥാന-ദേശീയതലം വരെയുള്ള നൈരന്തര്യമുള്ള ഒരു ഒട്ടോണമസ്സ് ബോഡിയായിരിക്കണം ഇത്തരം പ്രസ്ഥാനങ്ങളെ നിയന്ത്രിക്കേണ്ടവരെന്ന് എടുത്തുപറയാനാഗ്രഹിക്കുന്നു.

വിദ്യാഭ്യാസം സാഹിത്യമണ്ഡലങ്ങളിൽ കുട്ടികളുടെ സ്ഥാനം നിർണയിക്കുന്നതിനാവശ്യമായ സംവിധാനം നിലവിലുണ്ടെങ്കിലും അവയെ ഫലപ്രദമാക്കുന്നതിനുതകത്തക്കവിധത്തിലുള്ള നിയമനിർമ്മാണം കൊണ്ടുവരേണ്ടിയിരിക്കുന്നു.

ശിശുക്കളോടുള്ള പീഡനത്തിനും ചൂഷണത്തിനുമെതിരായുള്ള മൗലികാവകാശ സംരക്ഷണത്തിനാവശ്യമായ നടപടിക്രമങ്ങൾ കാര്യക്ഷമമാക്കുന്നതിന് Children's welfare ബോർഡിന്റെയും Social welfare ബോർഡിന്റെയും പ്രവർത്തനങ്ങൾക്ക് ആവശ്യമായ സ്വാതന്ത്ര്യവും ധനശേഷിയും ഉണ്ടാക്കേണ്ടിയിരിക്കുന്നു. Rights Against Abuse and Exploitation നിയമത്തിൽ പുതിയ Amendment ഉണ്ടാക്കേണ്ട സമയം അതിക്രമിച്ചിരിക്കയാണ്."

അതുപോലെതന്നെ Child Legal Rights ലും അനിവാര്യമായ പൊളിച്ചെഴുത്ത് ആവശ്യമാണ്. Legal Rightsന്റെ ഉപവകയിൽ ശിശുക്കളുടെ സാമൂഹ്യ (Social) സാമ്പത്തിക (Economical) സാംസ്കാരിക (Cultural) രാഷ്ട്രീയ (Political) വശങ്ങൾക്ക് ഉറപ്പുനൽകുന്ന സംരക്ഷിത നിയമങ്ങൾ ഉൾക്കൊള്ളിക്കണം (Self Protection Legal Right). കുട്ടികളുടെ സാംസ്കാരിക പുരോഗതിയുടെ ഭാഗമെന്ന നിലയിൽ കുട്ടികൾക്ക് ഉൾക്കൊള്ളാവുന്ന സാഹിത്യകൃതികൾ ഇനിയും ഇവിടെ ഉണ്ടാകേണ്ടിയിരിക്കുന്നു. സാഹിത്യരചനകൾ നമുക്ക് വേണ്ടുവോളമുണ്ടെങ്കിലും സമൂഹത്തിൽനിന്നും പുറംതള്ളപ്പെട്ട് ജീവിക്കേണ്ടിവരുന്ന നിർദ്ധനരായ കുട്ടികളുടെ ദുരിതങ്ങളെയും പീഡനങ്ങളെയും അതിജീവിച്ചുകൊണ്ടെഴുതിയ കൃതികൾ അംഗുലീപരിമിതമാണിപ്പോഴും.

മനുഷ്യന്റെ കാരുണ്യമില്ലായ്മയാണിന്നത്തെ സമൂഹത്തെ ബാധിച്ചിരിക്കുന്ന അർബുദം.

യാചന തൊഴിലാക്കിയ എത്രയോ കുട്ടികളെ നാം നിത്യജീവിതത്തിൽ കണ്ടുമുട്ടുന്നു. ഭിക്ഷാപാത്രവുമായി ഒരുനേരത്തെ ആഹാരം സമ്പാദിക്കുന്നതിനുവേണ്ടി എണ്ണമറ്റ ദുരിതങ്ങൾ അനുഭവിക്കുന്ന

കുട്ടികളെ കണ്ടാലും കണ്ടില്ലെന്ന് നടിക്കുന്ന, ആട്ടിയോടിക്കുന്ന മനസ്ഥിതിക്കാരായി മാറുന്ന ഒരു സമൂഹത്തിൽ എവിടെയാണ് കുട്ടികൾക്ക് രക്ഷ?

ഓടുന്ന തീവണ്ടിമുറികളിലും ജനബാഹുല്യമുള്ള പട്ടണങ്ങളിലെ ബസ് സ്റ്റാന്റുകളിലും തീർത്ഥാടനകേന്ദ്രങ്ങളിലും എന്നുവേണ്ട മനുഷ്യൻ തടിച്ചുകൂടുന്ന സ്ഥലങ്ങളിലെല്ലാംതന്നെ, അനാഥരായ കുട്ടികളെ കാണുന്നു. കാരുണ്യത്തിനായി - ഉദരനിമിത്തം ബഹുകൃത - വേഷക്കാരായ് ജീർണവസ്ത്രധാരികളായി, പട്ടിണിക്കോലങ്ങളായി, അഞ്ചു പൈസയ്ക്കും പത്തു പൈസയ്ക്കും വേണ്ടി കൈ നീട്ടി നമ്മെ സമീപിക്കുന്ന ഈ അനാഥശിശുക്കളോട് നമ്മിലെത്രപേർ കാരുണ്യം കാട്ടുന്നു. പത്തുപൈസ ധർമ്മമായി പിച്ചച്ചട്ടിയിലിട്ടുകൊടുക്കുവാൻപോലും നാം ഉദാസീനരാണ്. എല്ലാവരെയും അടക്കിപ്പറയുകയല്ല. ജീവകാരുണ്യം കാട്ടുന്ന ധർമ്മിഷ്ഠരുടെ നാടാണിന്ത്യ. ധർമ്മം തല കാക്കുമെന്ന പൊരുൾ നമുക്കറിയായ്കയല്ല.

'സ്റ്റാറ്റസ് കീപ്പ്' ചെയ്യുന്നതിനുവേണ്ടി ബെഗ്ഗിംഗ് (യാചന) നിരുത്സാഹപ്പെടുത്തുകയാണെന്ന് ഉറക്കെ പ്രഖ്യാപിക്കുന്ന ഈ ബഹുമാന്യന്മാരിൽ പലരും ഒരു തീവണ്ടിയാത്രയ്ക്കിടയിൽ എത്ര സിഗരറ്റാണ് അലക്ഷ്യമായി പുകച്ചുതള്ളുന്നതെന്ന കാര്യം മറന്നുപോകുന്നുവെന്നുള്ളതാണ് ദുഃഖസത്യം.

അധോലോകനായകന്മാരുടെ കൈയിൽപ്പെട്ടുപോകുന്ന കുട്ടികളുടെ കഥ പറയാതിരിക്കുകയാണ്. ക്രൂരത കൈമുതലാക്കിയവർ പണം സമ്പാദിക്കുന്നതിനുവേണ്ടി ചെറിയ കുട്ടികളെ വികൃതപ്പെടുത്തുകയും വികലാംഗരാക്കുകയും ചെയ്യുന്ന പാതകത്തിന് എന്തു ശിക്ഷയാണ് നൽകേണ്ടത്. ഇത്തരക്കാരെ കയ്യോടെ പിടികൂടിയാൽത്തന്നെ നിയമത്തിന്റെ പരിമിതികൊണ്ട് രക്ഷപ്പെട്ടുപോകുന്ന കാര്യവും വിസ്മരിച്ചുകൂടാ.

കണ്ണുകുത്തിപ്പൊട്ടിച്ചും കൈകാലുകൾ ഒടിച്ചുഞെരിച്ചും മുറിച്ചും സുന്ദരങ്ങളായ മുഖങ്ങൾ ചൂട് വെച്ച് പൊള്ളിച്ചും വികൃതപ്പെടുത്തി ഉന്തുവണ്ടികളിൽ തള്ളി കാശിനുവേണ്ടി കൈനീട്ടുന്ന അധോലോകനായകന്മാരായ ഭിക്ഷക്കാർ നമ്മുടെ ചുറ്റുമുണ്ടെന്ന വസ്തുത ആർക്കെങ്കിലും നിഷേധിക്കാനൊക്കുമോ?

ജീവിക്കാനുള്ള ജന്മാവകാശം നിഷേധിക്കപ്പെട്ട ചുറ്റുപാടിൽ വളരേണ്ടിവരുന്ന കുട്ടികളിൽ പലരും കുറ്റവാളികളായിത്തീരുന്ന സാഹചര്യങ്ങളെക്കുറിച്ചും നമ്മുടെ ബുദ്ധിജീവികളും സാഹിത്യനായകന്മാരും നിയമപണ്ഡിതന്മാരും നീതിന്യായപ്രമുഖരും ഉറക്കെ ചിന്തിക്കേണ്ട സമയം അതിക്രമിച്ചിരിക്കയാണ്.

കുറ്റകൃത്യം തൊഴിലാക്കിയ അധോലോകനായകന്മാരെയും കുട്ടികളായ കുറ്റവാളികളെയും ഒരേ കണ്ണുകൊണ്ട് കാണുന്ന നീതിന്യായ

സമ്പ്രദായത്തിലും അടിസ്ഥാനപരമായ മാറ്റങ്ങൾ ഉണ്ടാകേണ്ടിയിരിക്കുന്നു; ഉണ്ടാക്കേണ്ടിയിരിക്കുന്നു.

കുട്ടികളിൽ താനൊരു ക്രിമിനൽപുള്ളിയാണെന്ന ബോധമുണ്ടാക്കുന്ന ചുറ്റുപാടാണ് നാം കണ്ടുവരുന്നത്. കുറ്റവാളികളെന്ന് മുദ്രയടിക്കപ്പെടുന്ന കുട്ടികളോടുള്ള പൊലീസിന്റെ പെരുമാറ്റത്തിലും മാറ്റം ആവശ്യമാണ്.

ഏഴുവയസ്സുകാരനായ ഒരു കുട്ടി രണ്ടു വയസ്സ് പ്രായമുള്ള തന്റെ കൊച്ചനുജനെ കൊലപ്പെടുത്താനിടയായ സാഹചര്യത്തെക്കുറിച്ച് വിധി പ്രസ്താവിക്കേണ്ടിവന്ന ഒരു ജഡ്ജിയുടെ മാനസികാവസ്ഥയെ വിശകലനം ചെയ്യുന്ന ഒരു പത്രവാർത്ത വായിച്ചതിപ്പോഴും എന്റെ മനസ്സിൽ നിന്നും മാഞ്ഞുപോയിട്ടില്ല.

അനുജൻ ജനിച്ചതോടെ ജ്യേഷ്ഠനായ താൻ അവഗണിക്കപ്പെടുന്നുവെന്ന ചിന്തയാണവനെ കൊലപാതകിയാക്കിയത്. എല്ലാം അനുജനായിട്ട് നീക്കിവെക്കുന്നു. നല്ല ഭക്ഷണവും വസ്ത്രവും പരിരക്ഷയും സ്നേഹവും വാത്സല്യവും എല്ലാം കൊച്ചനുജനിൽ മാതാപിതാക്കൾ നിക്ഷേപിച്ചതിന്റെ പേരിൽ – മനസ്സിൽ കാലുഷ്യം വന്ന ഒരു കൊച്ചുപയ്യൻ ഉറങ്ങിക്കിടക്കുന്ന തന്റെ കൊച്ചനുജന്റെ കഴുത്തിൽ മുണ്ടിട്ടുമുറുക്കി കൊന്നുവെന്നാണ് ചാർജ്ജ്ഷീറ്റ്.

ജുവനൈൽ ജസ്റ്റിസ് ഏക്ടിന്റെ പരിധിയിൽ വരുന്നതല്ല ഈ കേസ്. എങ്കിലും ന്യായാധിപൻ ആ കുഞ്ഞിനെ പ്രായപൂർത്തി എത്തുന്നതുവരെ ദുർഗുണപാഠശാലയിലേക്കയയ്ക്കാൻ ഉത്തരവിടുന്നു. ഇതാണ് വാർത്തയുടെ ചുരുക്കം.

പതിമ്മൂന്നു വയസ്സായ ഒരനാഥ ബാലിക ഗർഭം ധരിച്ചു. അവൾ ഒരു നാൾ ഒരു ചോരക്കുഞ്ഞിനെ തെരുവിൽ പ്രസവിച്ചു. കഷ്ടിച്ച് മൂന്നുമാസം അവളാ കുഞ്ഞിനെ പ്രാണനെപ്പോലെ വളർത്തി. ഒരുനാൾ അവളാ കുഞ്ഞിനെ പവിത്രമായ ക്ഷേത്രസങ്കേതത്തിൽ കിടത്തി എവിടേക്കോ ഒളിച്ചോടിപ്പോയി. മൂന്നുവർഷത്തിനുശേഷം അവൾ വീണ്ടും തിരിച്ചുവന്നു. ചോരക്കുഞ്ഞിനെ നടുറോഡിൽ ഉപേക്ഷിച്ചുപോയ കുറ്റത്തിന് അവളുടെ പേരിൽ പൊലീസ് കേസ് ചാർജ്ജ് ചെയ്തിരുന്നു. ആ കുട്ടിയെ ആരാണെടുത്ത് വളർത്തിയതെന്നും പതിനഞ്ചു വയസ്സ് പൂർത്തിയാകാത്ത അനാഥയായ ആ ബാലമാതാവിന്റെ ഗതിയെന്തായെന്നും അറിയാനുള്ള ഉത്കണ്ഠയോടെ പലരേയും സമീപിച്ചുവെങ്കിലും വ്യക്തമായൊരു മറുപടി എവിടെനിന്നും ലഭിച്ചില്ല.

കുറ്റവാളികളായ കുട്ടികൾക്കുവേണ്ടിയുള്ള പ്രത്യേക കോടതികളും പൊലീസും നിയമവുമൊക്കെ നിലവിലുണ്ടെങ്കിലും ഇന്നും നിയമമായ ബില്ലുകൾക്കനുസൃതമായ ചട്ടങ്ങളുടെ അഭാവത്തിൽ, അവയൊക്കെ മണലാരണ്യത്തിൽ വീണ ജലംപോലെ അദൃശ്യമായി കിടക്കുന്നു.

ബാലസാഹിത്യവും കുട്ടികളുടെ ലോകവും

ഉറ്റവരും ഉടയവരും നാട്ടുകാരും വീട്ടുകാരും ഉപേക്ഷിക്കപ്പെട്ട ചുറ്റുപാടിൽ വളരാനിടയായ കുട്ടികളുടെ ദൈന്യാവസ്ഥയേയും അവരനുഭവിക്കുന്ന യാതനകളേയും വേദനകളേയും പീഡാനുഭവങ്ങളേയും ഉള്ളിൽ തട്ടുമാറ് പ്രതിപാദിക്കപ്പെടുന്ന കൃതികൾ ഇനിയും ഇവിടെ ഉണ്ടായിട്ടില്ലെന്ന് പറയേണ്ടിവന്നതിൽ ഖേദമുണ്ട്.

അനാഥബാലന്മാരുടെ നീറുന്ന പ്രശ്നങ്ങളെക്കുറിച്ച് എഴുതേണ്ട സാഹിത്യത്തിനുപകരം 'ബാലസാഹിത്യകൃതികൾ' പടച്ചാൽ പ്രശ്നം പരിഹരിക്കപ്പെടുകയില്ല.

വിപരീതസാഹചര്യത്തിലും ദരിദ്രമായ ചുറ്റുപാടിലും ജനിക്കാനിടവരുന്ന അത്തരം സാഹചര്യങ്ങളിൽ വളർന്നുവരുന്ന പതിനേഴു വയസ്സുവരെയുള്ള കുട്ടികളുടെ ഭാവിയെപ്പറ്റി ഓർത്ത് മനസ്സുനീറുന്ന മനുഷ്യരെ സൃഷ്ടിക്കുന്ന കൃതികളും ഇവിടെ ആവശ്യമാണ്. കണ്ണുനീരിന്റെ നനവു പുരണ്ട, കുട്ടികളുടെ ദൈന്യതയെക്കുറിച്ചുള്ള കഥകൾ അതാണ് നമുക്കാവശ്യം.

സഹാനുഭൂതിയും കാരുണ്യവും ധർമ്മബോധവും കുറ്റിയറ്റുപോകുന്ന ഒരു സമൂഹത്തിൽ ജീവിക്കാനിടവരുന്ന അനാഥരായ കുട്ടികളുടെ കണ്ണുനീരിൽ കുതിർന്ന എത്രയോ കഥകൾ ഓർമ്മിക്കുവാനും പറയാനുമുണ്ട്. പക്ഷേ, അവയൊക്കെ ഒറ്റയടിക്കു പറഞ്ഞുതീർക്കാൻ സാദ്ധ്യമല്ല. എന്റെ വീക്ഷണത്തിലുള്ള ചില സൂചനകൾ നൽകി എന്നു മാത്രം. ■